વર્તમાનમાં વિદ્યાર્થીઓ તેમના ભવિષ્ય પ્રત્યે અત્યંત ચિંતિત રહેવા લાગ્યા છે. તેઓ ન કેવળ કારકિર્દીના ક્ષેત્રમાં બલ્કે જીવનના દરેક પાસામાં, સખત પ્રતિસ્પર્ધામાં, સામનો કરી રહ્યા છે. 'પરીક્ષામાં 100 ટકા સફળતા કેવી રીતે પ્રાપ્ત કરશો' શીર્ષકવાળી આ પુસ્તક એટલા માટે પ્રસ્તુત કરવામાં આવી છે, જેથી તેઓ પરીક્ષાઓમાં શાનદાર સફળતા મેળવી શકે. આ પુસ્તકથી એ બધા વિદ્યાર્થીઓને મદદ મળશે, જે કોઈ પણ પ્રકારની પરીક્ષા આપી રહ્યાં છે કે તેની તૈયારીમાં લાગ્યા છે, આમાં વિભિન્ન પ્રકારના કૌશલ્ય તથા ટેકનીક આપવામાં આવી છે, જે વિદ્યાર્થીઓ માટે ઘણી લાભદાયક સાબિત થઈ શકે છે. આપણે બધા જાણીએ છીએ કે, સફળતાનો કોઈ શોર્ટકટ નથી હોતો, પણ આ પુસ્તક સફળતાના માર્ગમાં માર્ગદર્શન તો કરી જ શકે છે.

ડાયનેમિક મેમરી

પરીક્ષામાં 100% સફળતા કેવી રીતે પ્રાપ્ત કરશો ?

તરુણ ચક્રવર્તી

ગુજરાત પુસ્તકાલય સહાયક સહકારી મંડળ લિ.
૧૧, ઈલોરા કોમર્શીયલ સેન્ટર, પહેલો માળ, રીલીફ સીનેમા પાછળ.
અમદાવાદ–૩૮૦ ૦૦૧
ફોન : ૨૫૫૦ ૬૯૭૩
E-mail : gpssmltd@yahoo.com

ડાયમંડ બુક્સ

પ્રકાશક : ડાયમંડ પૉકેટ બુક્સ પ્રા. લિ.
X-30, ઓખલા ઇંડસ્ટ્રિયલ એરિયા, ફેઝ-II,
નવી દિલ્હી-110020

ફોન : 011-40712200

ઇ-મેઇલ : sales@dpb.in

વેબસાઇટ : www.diamondbook.in

સંસ્કરણ : 2013

મુદ્રક : Repro (India)

DYNAMIC MEMORY PARIKSHAMAA 100% SAFALTA KAM RITE PRAPT KARSO? (GUJARATI)

By - Tarun Chakrabarti

પરીચય

જો તમે તમારી કારકિર્દી શરું કરી રહ્યાં છો, તો તો તમારે ઘણી બધી જાણકારી મેળવવી પડશે. તમે જેમ જેમ સફળતાની સીડીઓ ચઢતા જશો, તો તમારે અનેક દસ્તાવેજો, આંકડાઓ અને રિપોર્ટો સાથે નિપટવું પડશે. તે સિવાય પોતાને અપ-ટૂ-ડેટ બનાવી રાખવા માટે પણ ઘણી જાણકારી ભેગી કરવી પડશે.

કોઈપણ બે વ્યક્તિ એક સરખું નથી ભણી શક્તા અને એમાં કોઈ શંકા નથી કે જે રીતે એક વ્યક્તિને કામ આવી છે તે બીજાને પણ કામ આવશે. જો કે કેટલીક એવી ટેકનીકો છે, જેને અપનાવવાથી સારા પરિણામ સામે આવી શકે છે. એ કોઈ નથી કહી શક્તું કે જે વિષય તમારી પાસે છે તે એટલા રોચક હશે કે, અભ્યાસ એક આનંદ તથા મોજ-મસ્તી બની જશે. આપણે કેવળ એવી ઈચ્છા કરી શકીએ છીએ.

દરેક વ્યક્તિ અલગ પ્રકારની હોય છે અને કેટલીક વિદ્યાર્થીઓમાં શીખવાની કુદરતી ઈચ્છા હોય છે. બની શકે છે કે, તમે એમાંથી ન હો, પણ નિરાશ ન થાવ, તમારા માટે પણ આશાનું એક કિરણ બાકી છે. તમે કેટલી અસરકારક રીતે ભણો છો. હાઈસ્કૂલ તથા કૉલેજની સફળતા આ જ વાત પર આધાર રાખે છે. ખરાબ પરિણામોથી ખબર પડે છે કે, તમે કેવળ સમય જ બગાડ્યો છે. આ તમારો સમય છે, તમારું ભવિષ્ય છે અને તમારું જ જીવન છે. અમે તો એટલું કહી શકીએ કે, સમય બહુ કિંમતી છે, એને એમજ ન વેડફો. એ વાતથી કોઈ ફરક પડતો નથી કે તમે એ વિશે શું વિચારો છો.

આ પુસ્તકમાં આપેલા સૂચનોને આ જ વાત સાથે સંબંધ છે કે, તમે કાંઈક શીખવા ઈચ્છો છો તથા તમારા પ્રદર્શનમાં સુધારો કરવા માંગો છો. જો તમે સાચ્ચે જ કોઈ મહેનત નથી કરવા માંગતા તો કોઈપણ સુચન કે નિર્દેશ તમારા કામમાં નહીં આવે. તમે પોતે જ તમારા શિક્ષણ માટે જવાબદાર છે અને પ્રભાવી દિશાનિર્દેશ જ તમારી મદદ કરી શકે છે.

આ પુસ્તક એટલે તૈયાર કરવામાં આવ્યું છે કે, તમે પરીક્ષાઓમાં સૌથી શ્રેષ્ઠ કૌશલ્યનું પ્રદર્શન કરી શકો. આ સફળતાની જાદૂઈ ફોર્મ્યૂલા નથી. જેમાં બળ પર ટેસ્ટમાં સારા માર્ક્સ મળી શકે. કોઈપણ પુસ્તકને વાંચવા માટે મહેનત અને લગન જોઈએ. અહીં આપેલી ટેકનીક તમારા માટે ઉપયોગી સિદ્ધ થઈ શકે છે. આ બધી ટેકનીકો એ વિદ્યાર્થીઓએ અજમાવી છે જે પોતાની સ્કૂલ તથા કૉલેજમાં સફળતાના શિખર પર છે. તો તમે પણ એને વાંચો અને એક સફળ વિદ્યાર્થી બની જાવ.

શુભકામનાઓ !

વિષય સૂચી

1

તમે કેવી રીતે શીખો છો ?

જે રીતે લોકોનું વ્યક્તિત્વ જૂદું-જૂદું હોય છે, એ જ રીતે આપણી શીખવાની અને જાણકારીનો ઉપયોગ કરવામાં પણ અંતર હોય છે. કેટલાક લોકો ચુપચાપ મળેલી જાણકારીને અંદર સમાવી લે છે અને કેટલાક એજ સમયે કાર્યવાહી કરતા એ જાણકારીથી સમસ્યાનો ઉકેલ કરવા માંગે છે.

આપણે આપણી શીખવાની રીત અને પ્રાથમિક્તાઓ રાખ્યા છતાં પોતાની વિકાસ તથા પરિસ્થિતિના હિસાબે શીખવાની રણનીતિઓમાં પરિવર્તન લાવી શકીએ છીએ. પોતાને ઓળખીને તથા આ અંતર પર પુરું ધ્યાન આપતા આપણે નવી પરિસ્થિતિના હિસાબે સારા શીખનાર બની શકીએ છીએ.

આપણે એમાં નિમ્નલિખિત પાસાઓને સામેલ કરવા પડશે.

★ આપણા શીખવાની રીત શું છે અને આપણે કઈ પરિસ્થિતિઓમાં સારી રીતે શીખી શકીએ છીએ.

★ શીખવાની રણનીતિ તથા આપણી ક્ષમતા અને અલગ-અલગ રીતથી શીખનારા કામોની ઓળખ.

★ એ પરખવાની ક્ષમતા કે આપણે આપેલા કામ કે સ્થિતિમાં યોગ્ય રીતે શીખી શકીએ છીએ કે નહીં.

★ જ્યારે આપણે જાણીએ છીએ કે, આપણે કશું સમજી શક્તા નથી અને સમસ્યા હલ નથી કરી શક્તા તો એ રણનીતિને બદલવી સારું હશે.

1. **આપણા શીખવાની રીત શું છે અને અલગ-અલગ લર્નિંગ સિચ્યેશન' માં કેવી રીતે શીખીએ છીએ.** પોતાની રીતની જાણકારી હોવા પછી સારી રણનીતિ પસંદ કરી શકીએ છીએ. દાખતા તરીકે,

● જો તમે વિજ્યુઅલ / જમણા મગજ વાપરનાર અથવા સંપૂર્ણ લર્નર છો. તો તમને પૂરી આઈડિયા અથવા બિગ પિક્ચર જાણવા માટે નકશો, ડ્રોઈંગ કલર કોડિંગ તથા નોટ્સનો ઉપયોગ કરવો જોઈએ.

● જો તમે સાંભળીને શીખો છો તો ટેપમાં લેકચર રેકોર્ડ કરીને સાંભળો. વર્ગમાં સમય-સમય પર પ્રશ્ન પૂછો તથા તેના ઉત્તર સાંભળો. આ રીતે તમે ઘણું બધું શીખી શકશો.

● જો તમે ડાબા મગજનો ઉપયોગ કરો છો અને વિસ્તારથી યાદ કરનારામાંથી

છો તો તમે આઉટલાઈન કે કાર્નેલ નોટ લેવા ઇચ્છશો, જેમાં બધી જાણકારી એક લાંબા માળખામાં અપાય છે.

તમારે પર્યાવરણ સાથે જોડાયેલ કારકો; દિવસનો સમય, તાપમાન, અવાજ તથા સમુહના આકાર વગેરે પર પણ ધ્યાન આપવું જોઈએ. તે પછી પોતાની પ્રાથમિક્તાના હિસાબે વર્ગ કે અભ્યાસના સત્રોને શિડ્યુલ કરો.

2. અલગ-અલગ રીતે શીખનારા કામોની ઓળખ તથા તેના હિસાબે રણનીતિ અપનાવવાની ક્ષમતા : દાખલા તરીકે. આપણને ઘણી જાતની વિષય સામગ્રી શીખવી પડે છે, જેના માટે અલગ-અલગ રીતો અપનાવાય છે.

★ જ્યારે તમે સાહિત્ય વાંચો છો, તો તેનું થીમ ઓળખો છો અને જુઓ છો કે, લેખકે કેવી રીતે વાર્તા પાત્રો તથા સેટિંગના માધ્યમથી તેનો વિસ્તાર કર્યો છે.

★ જ્યારે તમે વિજ્ઞાનનું પાઠ્યપુસ્તક વાંચો છો તો તમે ખાસ વિષય, મુશ્કેલ કોંસેપ્ટ, ખાસ શબ્દોની પરિભાષા, ઉદાહરણ તથા પ્રયોગ વગેરે વાંચો છો.

★ જ્યારે ગણિતની સમસ્યાઓ વાંચો છો તો સમસ્યાને ઓળખીને, હલ કાઢવા માટે કોઈ પ્રક્રિયામાં ગણના કરો છો.

★ જ્યારે કોઈ નવી જાતનું કામ અથવા સમસ્યા સામે આવે છે, તો તમે નિમ્નિલિખિત પગલાં ભરો છો.

★ તમે જાણવાનો પ્રયત્ન કરો છો કે તમે આને મળતું કામ કર્યું છે.
★ એકવાર એ સમસ્યાનું જુનો મેળ મળી જાય તો તમે એ જ રણનીતિને અપનાવીને મૂળ કાર્યને પણ પૂરું કરી નાખો છો.
★ નવા કાર્યોમાં પણ એ રણનીતિ અપનાવો છો.

3. આપણે કેવી રીતે શોધીએ છીએ કે, આપણે આપણામાં આવેલા કામને સાચી રીતે સમજી શકીએ છીએ કે નહીં : રણનીતિઓ અપનાવ્યા પછી આપણે એની કાર્યક્ષમતાની તપાસ પણ કરતા રહેવું જોઈએ તથા પોતાને નિમ્નલિખિત પ્રશ્ન પૂછતા પરીણામોને સમજવા જોઈએ –

- શું હું આ જાણકારી પોતાના શબ્દોમાં કોઈ બીજાને સમજાવી શકું છું ?
- શું જવાબ સાચો છે ?
- હું કેવી તૈયારી કરી રહ્યો છું ?
- હું પ્રશ્નોના ઉત્તર ન આપી શકું તો હું પૂછી શકું છું ?
- મારે આ પ્રક્રિયાને વધારે અસરકારક બનાવવા માટે શું કરવું પડશે ?
- આના સિવાય બીજી કોઈ રણનીતિઓ અસરકારક થઈ શકે છે ?

4. જ્યારે આપણે જાણીએ છીએ કે, આપણે કશું સમજી શક્તા નથી અને સમસ્યા હલ કરી શક્તા નથી તો એ રણનીતિને બદલવી સારી હશે. આવામાં કોઈ બીજી સારી રણનીતિ અપનાવવી ફાયદાકારક હોઈ શકે છે. દાખલા તરીકે, જો તમે વાંચ્યા પછી પણ કોઈ ફકરો સમજી શક્તા નથી તો એને ફરીથી ધીરેથી વાંચો અને નવા શબ્દોના અર્થ જાણો.

આત્માનુશાસન

એનાથી તમારા પ્રદર્શન અને વિચારવાની રીતમાં સુધારાની તક મળે છે. લક્ષ્ય પ્રાપ્તિ માટે આત્માનુશાસન બહુ મહત્ત્વ ધરાવે છે. એ તમારા જીવનમાં પરિવર્તન લાવવાની બહુ સારી રીત છે.

પોતાની પ્રાથમિક્તાને શિડ્યૂલ કરવાનું શીખો. દિવસમાં ઘણા નાના-નાના કામોનો સમય નક્કી કરો. એ સમય પ્રમાણે કામ કરો. આ રીતે તમે તમારી પ્રાથમિક્તાઓ પર કેન્દ્રિત રહી શક્શો. કરેલા કામોની યાદી બનાવો જેથી નિરાશાની સ્થિતિમાં પ્રોત્સાહન મળી શકે.

સાંભળવામાં નીરસ લાગશે પણ તમારે તમારી દિનચર્યા બનાવીને તે પ્રમાણે ચાલવું પડશે. દરેક કામને આપેલા સમયમાં પુરુ કરવુ પડશે. પછી ધીરે ધીરે બધી

આદત બની જશે. ટાઈમ મેનેજમેન્ટનું પાલન કરો. મોટા કામને નાના-નાના ટુકડામાં નિપટાવો.

એનાથી તમારા દિવસ, સપ્તાહ અને મહિના વ્યવસ્થિત થઈ જશે. આ રીતે કરાનારા કામ લિસ્ટમાં સૌથી ઉપર હશે. ખાસ કામોને સૂચિમાં સૌથી ઉપર રાખો. કોઈ કામ કરવાનું મન બનાવો તો એને ત્યાં સુધી કરો જ્યાં સુધી તે આદત ન બની જાય.

સફળતા ન મળે તો નિરાશ ન થાય. કોઈ કામ પૂરું ન થાય તો પણ સકારાત્મક ફીડબેક આપો.

પોતાના મિત્ર અથવા મેન્ટૉરની પણ સલાહ લો. જો તમે બીજા પાસેથી પોતાના કામની ફીડબેકમેળવી શકો તો તે ઘણું સારું.

• • •

2

સમયનું આયોજન

વિદ્યાર્થીઓની સફળતા પ્રભાવી સમય આયોજન પર આધાર રાખે છે. સમય આયોજન એક એવું કૌશલ્ય છે. જેને શીખી શકાય છે. સૌથી પહેલાં તો એ સમજવું પડશે કે તમારો સમય કેવી રીતે વિતે છે. આખા દિવસનો રેકોર્ડ બનાવો કે તમે વાંચવા-લખવા, વર્ગમાં જવું, મિત્રોના ઘેર જવું, ખાવાનું તથા કામ કરવાનું વગેરેમાં કેટલો સમય લગાડો છો. પછી એ સૂચીને જોઈને એ જાણો કે તમારો વધારે સમય ક્યાં વિતે છે ?

એકવાર એ જાણી લો, તો તે પછી દૈનિક કે સાપ્તાહિક પ્લાનર બનાવો. જેમાં વર્ગ, મુલાકાતો, કામની દિનચર્યા, ઍસાઈનમેન્ટ તથા ટેસ્ટ વગેરે વિશે લખો. તેને રોજ તપાસો જેથી તમને ખબર પડી શકે કે, તે દિવસે શું કરવાનું છે. દૈનિક યાદીથી તમે એ અંદાજો લગાવી શકો છો કે, સૌથી પહેલાં કયું કામ કરવાનું છે? આ રીતે તમને સરળતાથી બધા કામોની પ્રાથમિક્તા નક્કી કરતાં આવડી જશે. તમારે માસિક કે વાર્ષિક કેલેન્ડર પણ બનાવવું જોઈએ; જેનાથી બધા મહત્ત્વપૂર્ણ ટેસ્ટ તથા પરીક્ષાઓની તિથીઓની જાણ થઈ શકે.

સમયનો બુદ્ધિપૂર્વક ઉપયોગ કરવા માટે આવશ્યક છે કે, સૌથી મુશ્કેલ કામ પહેલાં કરવામાં આવે. જો તમે મુશ્કેલ કામ સૌથી પહેલાં કરી લીધું તો બસ હાથમાં સહેલા કામ જ રહી જશે, તમારા અભ્યાસની દિનચર્યા નક્કી કરો. એ સમય એટલો વધારે પણ ન હોય કે અભ્યાસ નિરસ લાગે. બધા ઘોંઘાટથી દૂર એકાંતમાં અભ્યાસ કરો. તમારું ટી.વી. અને સેલ ફોન બંધ જ રાખો. થોડા થોડા સમયે અભ્યાસ કરવાથી થાક પણ નથી લાગતો.

પેપર, ટેસ્ટ તથા સ્પીચ માટે પણ સમય નક્કી કરો. તમારે મોટા એસાઈનમેંટને નાના ટૂકડામાં તૈયાર કરવું પડશે. તમારા લેક્ચર નોટ્સ એ રીતના હોવા જોઈએ કે વાંચતા જ આખા વિષયની સામગ્રીની યાદ તાજી થઈ જાય. વર્ગમાં જતા પહેલાં તે નોટ્સ એકવાર વાંચી જશો તો ઘણું ફાયદાકારક થશે.

સમયનો સાચો ઉપયોગ કરતા શીખ્યા પછી તમે એને અભ્યાસ માટે સારો ઉપયોગ કરી શકશો.

મોટાભાગના વિદ્યાર્થીઓને કૉલેજ જીવનની સાથે સમય આયોજન કરવું. મોટો પડકાર લાગે છે. એ કોમ્યુનિટી કૉલેજના વિદ્યાર્થીઓ પર લાગૂ પડે છે.

જે લાંબા કલાકો સુધી કામ કરે છે. ઘણા વિદ્યાર્થીઓને નાના બાળકોની સંભાળ લેવાની સાથે ઘરેલુ જવાબદારીઓ પણ ઉઠાવવી પડે છે.

પોતાનું લક્ષ્ય નક્કી કરો

પોતાના સમયના સદ્દુપયોગની સાથે તમારે લક્ષ્ય તથા પ્રાથમિક્તા પણ નક્કી કરવા પડશે. તમારા જીવનમાં સૌથી મહત્ત્વપૂર્ણ શું છે – કુટુંબ, મિત્ર, સ્કૂલ, શોખ કે પછી બીજી પ્રવૃત્તિઓ ? તમે પોતાને પૂછો કે શું તમે તમારી પ્રાથમિક્તાઓ પ્રમાણે સમયનો સદ્દુપયોગ કરો છો ?

આમ તો બધા વિદ્યાર્થીઓ માટે વર્ગમાં જવું તથા અસાઈનમેંટ પૂરો કરવો સૌથી મોટી પ્રાથમિક્તા હોય છે પરંતુ એમાંથી ઘણા વિદ્યાર્થીઓને લાગે છે કે, તેઓ અભ્યાસને પૂરતો સમય આપી શક્તા નથી. સરાસર વિદ્યાર્થીઓએ એક સપ્તાહમાં પ્રત્યેક વર્ગ કલાક માટે બે કલાકનો અભ્યાસ કરવો જોઈએ. જો તમે સપ્તાહના 12 વર્ગો લો છો તો તમારે સપ્તાહમાં 24 કલાકનો અભ્યાસ કરવો પડશે.

જો અભ્યાસ માટે પૂરતો સમય નથી મળી શક્તો અથવા તમારો સમય બીજી ગતિવિધિઓમાં વીતી જાય છે તો તમારે તમારા લક્ષ્ય પર વધારે ધ્યાન આપવું જોઈએ. લક્ષ્ય પર સ્પષ્ટ નજર રાખતા એ નક્કી કરવું સહેલું થઈ પડશે કે, તમે તમારો સમય કેવી રીતે વિતાવશો ? તમારે ફાલતુ કામોને કાઢીને અભ્યાસ માટે સમય કાઢવો આવડી જશે. જો તમે જાણવા માંગો છે કે આ શૈક્ષિક અથવા કેરિયર લક્ષ્ય મેળવવામાં કેવી રીતે મદદ કરશે. તો પોતાને પૂછો —

- તમે સ્કૂલ કે કૉલેજમાં શા માટે છો ?
- તમારા શૈક્ષિક લક્ષ્ય શું છે ?
- તમારા કેરિયરના લક્ષ્ય શું છે ?

જો તમારા લક્ષ્ય સ્પષ્ટ ન હોય તો કેરિયર સેંટરની મદદ લો. ત્યાં ઘણા એસાઈન્મેન્ટ તથા કમ્પ્યુટર કાર્યક્રમોની મદદથી કેરિયરની જાણકારી મેળવી શકશો. તમે કેરિયર નક્કી કરવાના વર્ગો કે વર્કશોપમાં પણ સામેલ થઈ શકો છો. કેરિયર સલાહકાર પણ બતાવી શકે છે કે, તમારી જરૂરિયાત શું છે અને લક્ષ્યો પ્રમાણે તમારે ક્યા કોર્સોમાં ભાગ લેવો જોઈએ ?

અન્ય વિદ્યાર્થી સલાહકાર પણ આ મુદ્દાઓ પર સલાહ આપી શકે છે. જે તમારા માટે મૂંઝવણ બની રહ્યાં છે.

સમયનો બુદ્ધિપૂર્વક ઉપયોગ કરો.

તમારી પાસે ગમે તેટલો સમય કેમ ન હોય, સારી રીતે ઉપયોગ ન કર્યો તો કોઈ લક્ષ્ય પૂરું નહીં થઈ શકે. ટાળવાની આદત છોડી દો, તે બહુ ખરાબ હોય છે. તમે નીચે લખેલ ટિપ્સની મદદ પણ લઈ શકો છો –

1. **દિનચર્યા સ્પષ્ટ હોય - પોતાના પર વધારે બોજ ન નાખો :** જો તમે દિનચર્યા નક્કી કર્યા પછી પણ તેને પૂરું કરી નથી શક્તા અને તણાવ ગ્રસ્ત રહો છો તો આ યોજના નવી રીતે બનાવવી પડશે. તમારે કેટલાક બિન જરૂરી કામ પણ પડી શકે છે કેમ કે અત્યારે તમારો 'અભ્યાસ' જ સૌથી મોટી પ્રાથમિક્તા છે.
2. **પ્રેરિત થાય :** અભ્યાસ માટે એવું સ્થાન પસંદ કરો. જેમાં કોઈ અડચણ વગર એક - બે કલાક તમે અભ્યાસ કરી શકો. જો મન ભટકે તો જાતને સમજાવો કે અભ્યાસ જ તો તમને લક્ષ્ય સુધી લઈ જશે.
3. **પ્રાથમિક્તા નક્કી કરો :** પહેલાં કયું કામ કરવાનું છે ? કયું કામ બાકી છે ? તમે ગ્રેડથી પણ વધારે શું ઈચ્છો છો ? તમારા માટે વ્યક્તિગત, શૈક્ષિક અથવા કેરિયરના લક્ષ્યોમાંથી શું વધારે મહત્ત્વનું છે ?
4. **કામને સારી રીતે સમજો :** પ્રશ્ન પૂછો તથા જરૂર પડતા મદદ માંગો.
5. **કામના ટૂકડા કરો :** અંદાજ લગાવો કે બધું કામ ખતમ કરતા કેટલો સમય લાગશે. બધું એક જ વારમાં કરવાનો પ્રયત્ન ન કરો. કામને સરળ ટૂકડામાં વ્હેંચી લો, જે તમારા પર બોઝ ન બને. એ જ શેડયુલ પ્રમાણે ચાલો જેથી છેલ્લે કામ ભેગું ન થઈ જાય.
6. **પરફેક્શન એટલું જરૂરી નથી :** કેટલીક લોકો પરફેક્શન માટે એટલા બેચેન હોય છે કે, તેઓ કશું કરી શક્તા નથી. પોતાના અધ્યાપકની આશાઓને ઓળખો. કામની ગંભીરતાને સમજતા અંદાજ લગાવો કે ક્યા સ્તરનું પ્રદર્શન જોઈએ અને પછી બસ કામ પૂરું કરો.
7. **નાપસંદ કામને આનંદદાયક બનાવો :** સૌથી પહેલાં નાપસંદ કામ જ કરો. એ સમયે તમારી ઉર્જાનું સ્તર સૌથી વધારે હશે. થોડું કામ નિપટાવ્યા પછી પોતાને ઈનામ આપો. દોસ્તની સાથે થોડો સમય વિતાવો.

સમયનું શિડ્યૂલ

વિશ્વવિદ્યાલય સ્તર પર, વિદ્યાર્થીઓ સમયનો ઉમદા સદુપયોગ કરવા માટે વધારે સાવધાની અને સતર્કતાથી કામ લેવું પડે છે. એણે પ્રતિ સપ્તાહ, વર્ગમાં પંદરથી વધારે કલાક વિતાવવા પડે છે અને એને પ્રતિ વર્ગ કલાક માટે સરેરાશ

બે કલાકનો અભ્યાસ પણ જોઈએ. એનો અર્થ એણે સપ્તાહમાં પિસ્તાલીસ કલાક કામ કરવું પડશે, જે એનામાં ફૂલ ટાઈમ જોબ છે. ઘણા વિદ્યાર્થીઓને એની સાથે પાર્ટટાઈમ જોબ અને ઘરેલું જવાબદારીઓ પણ નિભાવવી પડે છે, જો સામાજિક જવાબદારીઓ હોય તો સમય બચે જ ક્યાં છે ત્યારે તો એક સામાન્ય વિદ્યાર્થી ફરીયાદ કરે છે કે, અભ્યાસનો સમય જ મળતો નથી.

તમે વિદ્યાર્થી હોવાની આ જોબને બીજા કામોની જેમ સારી રીતે કે, પછી ખરાબ રીતે નિપટાવી શકે છો. આપણે જે રીતે આપણે સમય વિતાવીએ છીએ, તે ઘણે સુધી આપણી આદતો પર નિર્ભર કરે છે. સમયના સદુપયોગની સૌથી ઉમદા ટેકનીક તો એ જ છે કે, સમયનું શિડ્યૂલ નક્કી કરાય. શોધ મનોવૈજ્ઞાનિક તથા ક્ષમતા વિશેષજ્ઞ એક સુવ્યવસ્થિત ટાઈમ-શિડ્યૂલ રજૂ કરી શકે છે. સફળતા મેળવનારાની આદતોનો અભ્યાસ કરવાથી માલૂમ પડે છે કે, તેઓ સુવ્યવસ્થિત દિનચર્યાનું પાલન કરે છે, જ્યારે એક વ્યક્તિને ઘણા બધા કામ એક સાથે કરવા પડે છે તો તે એમાંથી કશું કરી શક્તો નથી. આપણે દિનચર્યા કે શિડ્યૂલ બનાવીને વિદ્યાર્થીને એનો ગુલામ નથી બનાવવો. બલ્કે એને એની અક્ષમતા તથા તણાવથી ઉપર ઉઠાવવાનો છે. જેથી એનો સમય ઓછામાં ઓછો બરબાદ થાય. એને રઘવાહમાં છેલ્લા કલાક સુધી અભ્યાસ કરવો ન પડે.

વિદ્યાર્થીઓ માટે દીર્ઘકાલીન તથા અલ્પકાલીન નિયોજન સૌથી ઉમદા હોય છે. વિદ્યાર્થી આખા સત્ર માટે મોટો પ્લાન બનાવી શકે છે અથવા એક સપ્તાહમાં બે-ત્રણ દિવસનો પ્લાન બનાવી શકે છે.

1. **અભ્યાસ માટે પૂરતો સમય ફાળવો :** વિશ્વવિદ્યાલય ઈચ્છે છે કે, પ્રત્યેક વિદ્યાર્થી પ્રતિ વર્ગ કલાક માટે બે કલાકનો અભ્યાસ કરે. આ એક વાસ્તવિક નિર્દેશ છે. આ રીતે કોઈ યોગ્ય વિદ્યાર્થી થોડા જ પ્રયત્નોમાં સારો ગ્રેડ મેળવી શકે છે. જો કે વિદ્યાર્થીઓએ પોતાના હિસાબથી આનાથી વધારે અનુપાત બચાવવો જોઈએ.
2. **રરોજ એક જ સમય વાંચો :** દરેક વિદ્યાર્થીઓ પ્રતિદિન અભ્યાસ માટે નિયમિત કલાકો ફાળવવા જોઈએ. જો સપ્તાહમાં પાંચ દિવસ પણ નિયમિત રીતે અભ્યાસ કરવામાં આવે તો અભ્યાસનું એક સક્રિય વાતાવરણ બનાવી શકાય છે.
3. **સ્કૂલમાં ખાલી સમયનો સદુપયોગ :** વર્ગો વચ્ચેનો સમય ઘણો ઉત્પાદક હોય છે પણ મોટાભાગના વિદ્યાર્થી એને સાચો ઉપયોગ કરી શક્તા નથી. આ સમયમાં, વિદ્યાર્થી પાછલો કે આવનાર વર્ગના પાઠ્ય પુસ્તક સામગ્રી દોહરાવી શકે છે કે, પોતાની અધૂરી નોટ્સ પૂરી કરી શકે છે.
4. **વર્ગના પીરિયડના હિસાબે વાંચવાની યોજના બનાવો :** વર્ગમાં જે કાંઈ પણ શીખ્યા હો એને દોહરાવવા માટે ત્વરિત સમય ફાળવો. આવું ત્યારે બની શકશે જ્યારે તમે વર્ગના પીરિયડના હિસાબથી વાંચવાની યોજના બનાવશો.
5. **અભ્યાસ દરમ્યાન બ્રેક :** પચાસથી નેવું મિનિટના અભ્યાસ પછી દશ - પંદર મિનિટનો બ્રેક લેવો સારું હશે. આ રીતે મગજ પણ તાજુ રહેશે તથા થાક પણ અનુભવાશે નહીં.
6. **સાપ્તાહિક રિવ્યૂનો સમય :** સપ્તાહના અંતે બધા અભ્યાસનો રિવ્યૂ કરો.
7. **થોડો ખાલી સમય છોડો :** તમારી દિનચર્યામાં થોડી લચક હોવી જોઈએ. જેથી અચાનક આવનારા કામ પણ નિપટાવી શકાય. વિદ્યાર્થી અક્સર પોતાની દિનચર્યાને જરૂર કરતા વધારે સખત બનાવી લે છે. જેનાથી એનું પાલન કરવું બહુ મુશ્કેલ બની જાય છે.
8. **મનોરંજન, કેમ્પસ તથા બીજી ગતિવિધિઓ માટે સમય ફાળવો :** દિનચર્યા બનાવતી વખતે એ કલાકોને સૌથી પહેલાં રાખો. જેને ઘટાડી-વધારી શકાતા નથી, જેમ કે ખાવું-પીવું, સુવું, કામ કરવું વગેરે. સમયની લચકને પણ ધ્યાનમાં રખાય અને મનોરંજનની ગતિવિધિઓ માટે અંતે સમય કાઢવામાં આવે.

જો અભ્યાસ માટે પૂરતો સમય ન મળી શક્તો હોય તો કોઈ બિનજરૂરી કામના કલાકોમાં કામ મૂકો. જેમ કે અભ્યાસના સમયે કોઈ મળવા આવી જાય તો એ અછતને મનોરંજનના કલાકોથી પૂરો કરો.

• • •

3

અભ્યાસનું વાતાવરણ

અભ્યાસનો સમય નક્કી કર્યા પછી, એક ચોક્કસ જગ્યાએ બેસીને અભ્યાસ કરો. પોતાને પૂછો કે તમે જ્યાં બેસીને અભ્યાસ કરવા જઈ રહ્યા છો તે તમારા અભ્યાસ માટે યોગ્ય સ્થાન છે. તમારે તમારા પડકારયુક્ત વર્ગોનો અભ્યાસ માટે ઘણું યોગ્ય તથા અનુકુળ વાતાવરણ તથા સ્થાન જોઈએ. તમારે નિમ્નલિખિત વાતો પર ધ્યાન આપવું જોઈએ.

દિવસમાં સમય : જે સમયે તમે પોતાને તાજા અને સ્ફૂર્તિલા પામો, એ જ સમય સૌથી મુશ્કેલ વિષય સામગ્રીની તૈયારી કરો. પોતાને પૂછો કે તમે આ અભ્યાસ (સવારે / બપોરે / સાંજે / રાત્રે) ક્યારે કરી શકશો. પછી એ હિસાબે પોતાની દિનચર્યા નક્કી કરો.

સમૂહ : તમે એકલા અભ્યાસ કરશો, નાના સમૂહમાં કે પછી કોઈ મોટા સમૂહ સાથે ? જો નાના સમૂહમાં અભ્યાસ કરવા માંગો છો તો મોટા વર્ગોમાં ન જશો. એવા વર્ગોમાં જાવ જ્યાં અભ્યાસ માટે સમૂહ ગતિવિધિની રણનીતિ અપનાવાય છે. પેપરો તથા ટેસ્ટોની તૈયારી માટે સ્ટડી ગ્રુપ બનાવો.

પોસ્ચર : કેટલાક લોકો પૂરતી એકાગ્રતાથી અભ્યાસ કરવા માટે ટેબલ-ખુરશીનો ઉપયોગ કરે છે. કેટલાક લોકો સોફા કે ફર્શ પર બેસવું પસંદ કરે છે. કેટલાક લોકો વાંચવા તથા યાદ કરવા માટે ટ્રેડમીલને પસંદ કરે છે, તો કેટલાક ચાલવાનું પસંદ કરે છે. કેટલાક લોકો લાંબા સમય માટે લગાતાર બેસી શકે છે તો કેટલાક થોડી થોડી વારે બ્રેક લેવાનું પસંદ કરે છે. પોતાના પોસ્ચર તથા વાંચવાની ક્ષમતાનો નામ મેળવીને નક્કી કરી શકો છો કે, તમારે ક્યારે અને ક્યાં વાંચવું જોઈએ.

અવાજ : સામાન્ય રીતે વાંચવા માટે શાંત વાતાવરણ જોઈએ પણ કેટલાક લોકોને એની જરૂર નથી હોતી. જો તમે હલકા કે શાસ્ત્રીય સંગીતની સાથે વાંચવા ઈચ્છો છો તો તમારે તમારો અભ્યાસ તથા યાદ કરવાના અનુકૂળ સંગીત જ પસંદ કરવું જોઈએ.

પ્રકાશ વ્યવસ્થા : અભ્યાસોથી જાણવા મળ્યું છે કે, કેટલાક લોકો ઠંડીના મહિનાઓમાં રોશનીની ઉણપને લીધે ખેદીત થઈ જાય છે. જો તમે પણ એમાંના એક છો તો ત્યાં બેસીને જ ભણો જ્યાં પ્રકાશની પર્યાપ્ત વ્યવસ્થા હોય. જો છપામણી અને કાગળના રંગનો યોગ્ય મેળ ન હોય તો પણ

ભણવાની ક્ષમતા પ્રભાવિત થાય છે. સફેદ કાગળ પર કાળી છપાઈ સૌથી તેજ કોન્ટ્રાસ્ટ હોય છે. કેટલાક લોકોને વાદળી કે સલેટી કાગળ પર કાળી છપામણી વાંચવામાં સરળતા થાય છે. પ્રકાશ વ્યવસ્થાનું મહત્ત્વને ધ્યાનમાં રાખતા અભ્યાસ માટે અનુકુળ વાતાવરણ પેદા કરો.

તાપમાન : જો કે તમે હંમેશા ઓરડાના તાપમાનને કાબૂમાં રાખી શકતા નથી પણ તમારે હંમેશા ધ્યાન રાખવું જોઈએ કે તમે ગરમ વાતારવણમાં ભણવા ઈચ્છશો કે ઠંડા વાતાવરણમાં..... એ જ વાતાવરણમાં બેસીને અભ્યાસ કરો જ્યાં અભ્યાસ કરવો આરામદાયક લાગે.

અભ્યાસના વાતાવરણ પર નિયંત્રણ

1. અભ્યાસ માટે એક જગ્યા નક્કી કરો અને ત્યાં અભ્યાસ સિવાય બીજું કશું ન કરો. શું તમારી પાસે અભ્યાસની કોઈ જગ્યા છે જેને તમે પોતાની કહી શકો? જ્યારે તમે વાંચવા બેસશો તો તમને તમારા અનુકૂળ વાતાવરણ પણ જોઈએ. તે શાંત હોવું જોઈએ, તેની આસપાસ ઘોંઘાટ, ટી.વી. કે લોકો વગેરે ન હોય, પણ આવું જરૂરી નથી. ઘણા સર્વે કહે છે કે, 80% વિદ્યાર્થી કોઈ પુસ્તકાલય કે સ્ટડી હોલમાં નહીં બલ્કે પોતાના ઓરડામાં જ ભણે છે. કોઈ એવી જગ્યા જ્યાં તમે અભ્યાસ સિવાય બીજું કશું ન કરો. તેજ સૌથી ઉમદા હોઈ શકે છે. વાતાવરણ યોગ્ય હશે તો અભ્યાસમાં પણ મન લાગશે. જેમ તમે વર્ગમાં જઈને પૂરા ધ્યાનથી લેકચરરની વાત સાંભળો છો, તમારું ધ્યાન નથી ભટકતું કેમ કે વર્ગ એટલા માટે હોય છે કે, તમે ત્યાં જઈને અધ્યાપકની વાત સાંભળી શકો. જો તમારી પાસે ઘરમાં પણ આવો કોઈ ખૂણો હોય તો તમે ત્યાં અને ત્યારે જઈને અભ્યાસ કરવા બેસી શકો છો.
2. કોઈપણ કામ શરું કરતાં પહેલાં કાગળ પર લખો કે તમે કેટલા સમયમાં પૂરું કરી લેશો. પોતાના લક્ષ્યનો પૂરો રેકોર્ડ રાખો. આ કામમાં વધારે સમય નહીં લાગે. જો કે આનાથી તમારા પર થોડું દબાણ તો પડશે પણ અભ્યાસની રીતમાં ઘણો સારો બદલાવ આવશે. પોતાના લક્ષ્ય ધીરે ધીરે ઊંચા કરો. અચાનક બહુ મોટો અંતરની ઉમ્મીદ ન રાખો. લક્ષ્યની માત્રા ધીરે ધીરે જ વધારો.
3. કોઈ સામાજિક પ્રતિક અપનાવીને એકાગ્રતાની ક્ષમતા વધારો. તમે અભ્યાસ શરું કરતા સમયે કોઈ ખાસ કપડા, સ્કાર્ફ, હેટ કે કશું પણ અલગ તથા નવું પહેરીને બેસી શકો છો. એનાથી કુટુંબના બાકી સભ્યો જાણી જશે કે તમે ભણવા જઈ રહ્યા છો, તમને ખલેલ કરવામાં ન આવે. બીજું તમે પણ મનોમન ભણવા માટે તૈયાર થઈ જશો. એ જ સામાન કે વસ્તુ ફક્ત પત્ર

લખવા, દિવસે સપના જોવા કે ઘોડે સવારી માટે ન પહેરો. જો તે વસ્તુ કે પ્રતીક અભ્યાસ સિવાય બીજી કોઈ વસ્તુ સાથે પણ જોડાઈ જાય તો એને બદલી નાખો.

4. જો મન ભટકવા લાગે તો ઊભા થઈને, પુસ્તકોથી મોઢું ફેરવી લો. પુસ્તકોને ઘુરતા પોતાની નબળી સંકલ્પ શક્તિને દોષ ન દો. નહિંતર તમારું પુસ્તક સપના જોવા અને અપરાધ બોજ જોડાઈ જશે. સપના જોવા જ હોય તો ત્યાંથી ઊભા થઈ જાવ. ઓરડાની બહાર ન જાવ, બસ પુસ્તકોથી ધ્યાન હટાવી દો. ઊભા થવાથી પણ તમારું ધ્યાન કામ તરફ જશે, પોતાને કહો, "મારે ઊભા થવું જોઈએ." આટલું કહેવાથી તમારું મન પાછું કામ પર આવી જશે.

5. દરેક પાનાના અંતે 10 સુધી ગણતરી કરો. એનાથી તમારા મનને એકાગ્ર થવામાં મદદ મળશે. જો કોઈ તમને પૂછે કે તમે શું વાંચ્યું અને તમે તેને ફક્ત અડધો કલાક બતાવી શકો ત્યારે આ ટેકનીક લાગુ કરવી ફાયદાકારક રહેશે. પણ યાદ રાખો, એ ત્યારે જ ફાયદાકારક બની શકે છે, જ્યારે તમે એકાગ્ર ન થઈ શક્તા હો.

6. અભ્યાસનો એક ચોક્કસ સમય નક્કી કરો. જો તમે આખા દિવસનું નિરીક્ષણ કરો તો જાણ થશે કે તમે પહેલેથી નક્કી સમયે જ કશું કામ કરો છો. બની શકે કે, થોડોક બદલાવ આવે પણ રોજીંદી આદતો એક સરખી રહે છે. જો તમે તમારી સાથે ઈમાનદારી રાખશો તો તમને ભાન થશે કે

અભ્યાસની આદત કેળવવી કોઈ મુશ્કેલ કામ નથી. જો અભ્યાસ એક આદત બની ગઈ તો એને શરું કરતી વધારે સરળ થઈ જશે. ત્યારે તમે દિવસ સપના જોવાને બદલે સાચી રીતે અભ્યાસ કરશો.

7. અભ્યાસ શરું કર્યાની થોડી વાર પહેલાં કોઈપણ અધૂરુ કામ હાથમાં ન લો. મોટાભાગના લોકો અભ્યાસ દરમ્યાન અધૂરા કામોના વિશે જ વિચારતા રહે છે. અભ્યાસ પહેલાં લાંબી દલીલમાં પડ્યા વગર મનને શાંત કરી લો. તેનાથી તમારી એકાગ્રતા શક્તિમાં સુધારો થઈ શકે છે.

8. પોતાના માટે નાના-નાના લક્ષ્ય નક્કી કરો. પોતાના કામને નાના ટૂકડાઓમાં વહેંચી લો. સમય નક્કી કરો કે, તમે પહેલુ પાનું કેટલા સમયમાં પૂરું કરી લેશો. જો ગણિત કરી રહ્યા છો તો દરેક સવાલ ઉકેલવાનો સમય નક્કી કરો, દરેક સવાલ માટે સમય નક્કી હોવાથી લક્ષ્ય પૂરું કરવામાં મદદ મળશે. એનાથી તમારા અભ્યાસની ક્ષમતામાં સુધારો થશે.

9. પોતાની પાસે એક રીમાઈન્ડર પેડ રાખો. કામ કરતી વખતે, પોતાની પાસે કાગળ અને પેન્સિલ રાખવાથી પણ એકાગ્રતા શક્તિ વધારી શકાય છે. અભ્યાસ દરમ્યાન, કોઈ કરાનારું કમ યાદ આવે તો એને જલ્દી લખી લો. એને લખ્યા પછી ફરીથી કામ શરું કરી દો. પાછળથી પેડ જોઈને, એ બધા કામ પૂરા કરી શકાય છે. કામ ભૂલી જવાનો ડર દૂર થતા અભ્યાસ પણ આગળથી થઈ શકશે.

10. અભ્યાસ શરું કરતા પહેલાં પૂરી રીતે રીલેક્સ થઈ જાવ. એકાગ્ર થવાને માટે પોતાને પૂછો – "શું મને અભ્યાસ અને ગૃહકાર્યથી ડર લાગે છે ?" જો તમને કોઈ નાપસંદ કામ કરવા પડે તો તમે કેવી પ્રતિક્રિયા અપત ? તમે કામ કે અભ્યાસને રોકવાની પૂરેપૂરી પ્રયત્ન કરત, વાંચતા-વાંચતા સપનામાં ખોવાઈ જાત. આ બધી મુશ્કેલીઓથી બચવા માટે જરૂરી છે કે, તમે રીલેક્સ થવાનું શીખો. જો તમે શારીરિક તથા માનસિક રીતે પૂરી રીતે રીલેક્સ હશો તો કોઈપણ જાતની ઉત્તેજના કે ઉદ્વેગ અનુભવશો નહીં. પોતાના અભ્યાસનો તણાવથી નહીં પ્યારથી બોલો તથા જોડાણ અનુભવો. અભ્યાસના સમયે ભણો અને ચિંતાના સમયે ચિંતા કરો. બંનેને એક સાથે ન મેળવો.

• • •

4

અભ્યાસની કુશળતા

અભ્યાસની સારી આદતો વિકસીત કરવાથી સ્કૂલ - કૉલેજનો કેરિયરમાં પણ લાભ થશે. સૌથી પહેલાં તો તમારે તમારા કામોના જવાબદાર બનવું પડશે. કેવળ તમે નક્કી કરી શકો છો કે તમારી પ્રાથમિક્તા કઈ હશે, તમે તમારા સમય તથા સંશાધનોનો કેવી રીતે ઉપયોગ કરશો.

પોતાના મિત્રો તથા વિદ્યાર્થીઓના બહેકાવવાથી સમય વેડફો નહીં. 'બિગ પિક્ચર' ને મનમાં રાખો. તમને ખબર હોવી જોઈએ કે ક્યારે અને શું કરવાનું છે. પોતાના લક્ષ્ય મનમાં રાખી. લોકોને તમારા કામ પર હાવી થવા ન દો.

પોતાના દિવસના ઉત્પાદક સમયની જાણકારી મેળવો. જો સવારના સમયે અભ્યાસ સારો થાય છે તો મુશ્કેલ વિષય એ જ સમયે લો. જો એકાગ્રતામાં ઉણપ આવી રહી હોય તો એ સમયે કોઈ સહેલો વિષય વાંચો.

જો કાંઈ સમજ ન પડે તો અભ્યાસની નવી-નવી રીત શોધો. વારંવાર એ સામગ્રીને વાંચવાથી કોઈ ફાયદો નહીં થાય. કોઈની મદદ લો અથવા ગ્રૃપ સ્ટડી કરો.

જેટલી મહેનત કરશો, એટલી જ સફળતા મળશે, જ્યારે તમને તમારા કામથી પૂરતો સંતોષ થશે તો ગ્રેડ સારો જ આવશે. યર્ત્રમાં સારુ પ્રદર્શન કરો. આ રીતે તમે જાણશો કે, તમારા પ્રયત્નોનું શું પરિણામ આવ્યું.

સૌથી પહેલાં તો અભ્યાસની સારી જગ્યા શોધો. જો યોગ્ય જગ્યા ન મળી શકી તો તમે ઢંગથી અભ્યાસ કરી નહીં શકો.

અભ્યાસની યોગ્ય જગ્યા

★ તમે સહેલાઈથી અભ્યાસની સારી જગ્યાની પસંદગી કરી શકો છો જો ત્યાં પહેલેથી જ કોઈ બેસતું હોય તો બીજી જગ્યા પસંદ કરો.

★ આ જગ્યાએ તમે અનાવશ્યક શોરબકોરથી બચી જશો. સારા અભ્યાસના માટે વાતાવરણ શાંત હોવું જોઈએ.

★ આસપાસમાંથી આવતા અવાજો પણ ધ્યાન ભંગ કરે છે.

★ તમારી પાસે એક સારું ડેસ્ક હોવું જોઈએ. જેના પર અભ્યાસનો બધો સામાન આવી શકે. જો વારંવાર સામાન લેવા માટે ઉઠવું પડશે તો ઘણો સમય વેડફાઈ જશે. પોતાની પેન, પેન્સિલ, કોપી, રબર તથા કોમ્પ્યુટર વગેરે ત્યાં જ રાખો.

★ તમારી પાસે એવી ખુરશી હોવી જોઈએ જેના પર તમે લાંબા સમય માટે આરામથી બેસી શકો. જો ખુરશી આરામજનક રહી હોય તો અભ્યાસમાં મન નહી લાગે.

★ તમારી આસપાસનું તાપમાન પણ વધારે ગરમ કે ઠંડુ ન હોય પણ સામાન્ય હોવું જોઈએ.

★ અભ્યાસના સ્થાન પર યોગ્ય પ્રકાશ વ્યવસ્થા હોય જેથી આંખો પર જોર ન પડે. ઓછા પ્રકાશમાં વાંચવાથી માથું દુખશે અને અભ્યાસ પણ ઢંગથી નહીં થાય.

અભ્યાસના સમયનું આયોજનઃ-

સારા અભ્યાસ માટે ટાઈમ મેનેજમેન્ટ હોવું જોઈએ. યાદ રાખો કે, તમારી પાસે સિમિત સમય છે, તમારે એનો જ સારો ઉપયોગ કરવાનો છે. એના માટે તમે નિમ્નલિખિત રણનીતિઓ અપનાવી શકો છો –

પહેલું ચરણ – સત્રના આરંભે એક કલેન્ડર બનાવો. કેલેન્ડર બનાવવા માટે,

- એના પર એસાઈનમેન્ટ તથા ટેસ્ટની તારીખ લખો.
- સ્કૂલની ગતિવિધિઓ લખો.
- પાઠ્યેત્તર ગતિવિધિઓ લખો.

બીજું ચરણઃ- સાપ્તાહિક શિડ્યૂલ બનાવો તથા તેને સમય-સમય પર અપડેટ કરતા રહો. એને બનાવવા માટે,

- તમારા રોજિંદા વર્ગોની યાદી બનાવો.
- તેના માટે તમારા કેલેન્ડરની મદદ લો.
- પાછલા શિડ્યૂલનો વધેલું કામ પણ સામેલ કરો.
- તેમાં પાઠ્યેતર ગતિવિધિઓ સામેલ કરો.
- આ સપ્તાહે આવનારા ટેસ્ટ તથા ઍસાઈનમેંટ વિશે લખો.

ત્રીજું ચરણઃ- દરરોજ આગલા દિવસનું પ્લાનર બનાવો. તેને બનાવવા માટેઃ

- પાછલા દિવસના પ્લાનરનું વધેલું કામ સામેલ કરો.
- તમારા સાપ્તાહિક શિડ્યૂલમાંથી જુઓ.
- સ્કૂલ ગતિવિધિ સામેલ કરો.

- પાઠ્યેતર ગતિવિધિ સામેલ કરો.

આ બધું કરવાનો એક જ ઉદ્દેશ્ય છે 'ઉમદા સમયનું આયોજન'

અહીં આપણે શૈક્ષિક પ્રદર્શનમાં સુધારાની કેટલીક રીત સૂચવી રહ્યા છીએ. આ કોઈ જાદૂઈ મંત્ર નથી, તમારે સતત પરિશ્રમ તથા લગનથી પોતાની મંજિલ સુધી જવાનું છે, આ તો બસ મદદરૂપ થઈ શકે છે. આનાથી મનીબેંકની ગેરંટી તો નહીં મળે પણ તમે સારો ગ્રેડ તથા માર્ક તો મેળવી જ શકો છો.

1. કક્ષામાં સક્રિય રીતે ભાગ લો

- વર્ગમાં ગેરહાજર રહેનારા વિદ્યાર્થીનું ઘણું નુકશાન થાય છે.
- તેઓ વર્ગમાં શીખવાયેલ વિષય સમજી શક્તા નથી.
- વર્ગમાં બહુધા વિષય શીખવ્યા પછી તેના પર ચર્ચા થાય છે તથા તેને વિસ્તારથી સમજાવાય છે.
- વિષય સામગ્રી પર પૂરતું ધ્યાન આપો.
- નોટ્સ લો.
- કશું ન સમજાતા પ્રશ્ન પૂછો.
- જો વર્ગમાં ન જઈ શકો તો કોઈ મિત્ર પાસેથી નોટ્સ ઉધાર લો અથવા ઓનલાઈન વર્ગની મદદ લો.

2. પાઠ્યસામગ્રી તથા હેડ આઉટ્સ ધ્યાનથી વાંચો.

- સામગ્રી પર ખાલી નજર કરવાને બદલે તેને સારી રીતે સમજી લો જેથી તેને પોતાના શબ્દોમાં લખી શકો, સમજાવી શકો.
- અભ્યાસની નવી ટેકનીકોનો ઉપયોગ કરો.
- વર્ગમાં પાઠ શીખવવાના સમય પછી જ એને દોહરાવો જેથી તે સ્મૃતિમાં સુરક્ષિત થઈ જાય.

3. ગૃહકાર્ય મન લગાવીને કરો (સમય ન બગાડો)

- વર્ગમાં શીખવેલા પાઠ તથા ગૃહકાર્યની વચ્ચે સંબંધ બનાવો.
- ફક્ત સાચા ઉત્તર જાણીને સંતુષ્ટ થવાને બદલે એની પાછળ સંતાયેલી તર્ક પણ ઓળખો.
- યોગ્ય સમયે અસાઈનમેન્ટ પૂરું કરી દો નહિંતર તમારા માર્ક્સ કપાઈ શકે છે.

4. પરીક્ષાની સ્ટડી ગાઈડનો ઉપયોગ

- પેપરોની તૈયારી પહેલાં જ શરું કરી દો. એનાથી મોટી બુદ્ધિ હોઈ જ શક્તી નથી.
- રઘવાટમાં ઉત્તર શોધવાને બદલે તેને ધ્યાનથી વાંચો.
- એને વર્ગની હાજરી કે પાઠ્યપુસ્તકનો વિકલ્પ ન બનાવો.

- પરીક્ષા સ્ટડી ગાઈડનો ઉપયોગ કરતા પહેલાં પોતાની નોટ્સ દોહરાવો તથા પાઠ્યપુસ્તક વાંચો.

5. સહાધ્યાયી તથા નિર્દેશક સાથે મેળ-મિલાપ

- પોતાના સહાધ્યાયીની સાથે આપેલા વિષય તથા અસાઈનમેન્ટ પર ચર્ચા કરો.
- કોઈ કોમન રૂમમાં અથવા પુસ્તકાલયમાં બેસીને ગ્રુપ સ્ટડી કરો.
- વારાફરથી પોતાના વિચાર પ્રકટ કરો. કોઈને કોઈ શીખવવાની તક મળે તો તમે જાતે શીખી શકશો.
- તમે નિર્દેશકને પણ પ્રશ્ન પૂછી શકો છો.

● ● ●

5

વર્ગમાં નોટ્સ લેવી

કોઈપણ વિદ્યાર્થીની સફળતા માટે બહુ જરૂરી છે કે, એને નોટ્સ લખતાં આવડતી હોય. દરેકે શીખવા માટે નોટ્સ લખવાની રીત શીખવી જોઈએ. નોટબુક તૈયાર કરવાની કેવળ એક રીત નથી હોતી. તમારે સૌથી ઉમદા રીતે કામ કરવું જોઈએ. સારી નોટ્સ લખવા માંગો છો તો વર્ગમાં સારા શ્રોતા બનો.

કોઈપણ લેક્ચરમાં એક વિષય પર ઘણા કારણ પ્રસ્તુત કરવામાં આવે છે. કારણ તથા પ્રભાવવાળા વાક્ય પણ મહત્ત્વના હોય છે. જો કોઈ વાક્યનો બીજા પર પ્રત્યક્ષ પ્રભાવ પડી રહ્યો હોય તો તેને પણ નોંધ કરવી પણ સારુ રહે છે.

જ્યારે અધ્યાપક વિશેષ જાણકારી આપે તો એનામાં પરિભાષાઓ પણ સામેલ કરાવી જોઈએ. પરિભાષાઓ સાથે એના ઉદાહરણ પણ લખાય તો બધી વાત સહેલાઈથી સમજાઈ જાય છે.

અધ્યાપકની વાત સાંભળતી વખતે એ બધા શબ્દો ધ્યાન રાખો, જે સાંભળવામાં નવા લાગે. એને અવશ્ય લખો. બહુધા અધ્યાપક મહત્ત્વપૂર્ણ વિષય સામગ્રી ધીમે પરંતુ તેજ સ્વરમાં બોલે છે. જો તેઓ કોઈ જાણકારીને મહત્ત્વપૂર્ણ સમજે છે, તો એને દોહરાવે પણ છે.

વર્ગ પછી નોટ્સ પર એક નજર દોડાવો. બોલીને વાંચવું સારુ રહેશે. વર્ગમાં કોઈ બીજાને તમારી નોટ્સ લેવાનું ન કરો. તમે એની તુલના તો કરી શકો છો પણ એમની નકલ ન કરો.

સફળ વિદ્યાર્થી બનવા માટે તમારે યાદ કરવાની પ્રક્રિયાને જાણવી પડશે. તમે શીખી શકો છો કે, યાદ કેવી રીતે કરાય. સૌથી પહેલાં પોતાના હિતો, માંગ, શીખવાની યોગ્યતા, યાદ કરવાની રીત તથા વિષય સામગ્રીની સમજ પર ધ્યાન આપો.

શીખવું કે યાદ કરવું પણ એક પ્રક્રિયા છે. એના પણ ચરણ હોય છે. પોતાના અભ્યાસનું વિશ્લેષણ કરો. એમાં યાદ કરવું, શીખવું, બોલવું તથા બીજી રીતોને સામેલ કરી શકો છો. જાણકારી મેળવો કે તમે ઉમદા કેવી રીતે શીખી શકો છો. તમે સામુહ સાથે શીખી શકો છો કે પછી એકાંતમાં ! પોતાના સાચા / ખોટા, મલ્ટીપલ ચોઈસ, ડિસ્કશન તથા વાતચીતની યોગ્યતા તપાસો.

તપાસ કરો કે, વિષયમાં ક્યાં મુશ્કેલી આવી રહી છે. બની શકે કે, તમે તેમાં પૂરતું ધ્યાન ન આપી શક્તા હો. શીખવાની પ્રક્રિશ્રયામાં 'લગન' બહુ મહત્ત્વ ધરાવે છે.

અભ્યાસ કરતી વખતે વિષય સામગ્રી પર ધ્યાન આપો. શીર્ષક, ઉપશીર્ષક, સૂત્ર વાક્યો તથા પરિભાષાની મદદથી એને સમજવાની પ્રયત્ન કરો નક્કી કરો કે શું તમને ડિક્શનરી, એટલસ અથવા વિશ્વકોષ જેવા સંદર્ભ સ્ત્રોતોની જરૂરિયાત હશે ? વિષય સામગ્રી વાંચીને જાણકારી મેળવો કે કયા એમાં થોડા વધારે પ્રશ્ન તૈયાર કરી શકાય છે. તમે નક્કી કરી શકો છો કે, એમણે અધ્યાપકને પૂછવાનું છે અથવા ટ્યુશન ટીચરને !

એક સફળ લર્નર હંમેશા રિવ્યૂ કરે છે એટલે વિષય પર ફરીથી નજર દોડાવે છે. નક્કી કરો કે, શું તમે વધારે અસરકારક રીતે શીખી શકો છો શીખવાની ઉમદા ટેકનીકો શીખો તથા એનો ઉપયોગ કરો.

અભ્યાસની તૈયારી કરતી વખતે સમય, વર્ગની નોટ્સનું પણ ઘણું મહત્ત્વ હોય છે. તેમાં અધ્યાપક દ્વારા, બધા વિષયો પર આપેલી જાણકારી સામેલ હોય છે. વર્ગમાં નોટ્સ નહીં લો તો થોડા જ દિવસોમાં ભૂલી જશો કે વર્ગમાં શું શીખ્યા હતા.

વર્ગમાં સારી નોટ્સ લખવા માટે નિમ્નલિખિત ત્રણ પગલાંનું પાલન કરો.

વર્ગની શરુઆત પહેલાં

વર્ગમાં આવતા પહેલાં જ પાછલા વર્ગની નોટ્સ દોહરાવીને આવવું જોઈએ. કેમ કે પાછલા વર્ગની નોટ્સથી જ નવી નોટ્સની શરુઆત થશે એટલે એને જરૂર દોહરાવો, એનાથી નવો વિષય સમજવામાં પણ સરળતા થશે. તમારી પાસે નોટ્સ લેવા માટે પેન, પેન્સિલ તથા કાગળ પણ પૂરની માત્રમાં હોવા જોઈએ.

વર્ગમાં પ્રભાવી રીતે નોટ્સ લો

વર્ગમાં અધ્યાપકની વાતોને પૂરા ધ્યાનથી સાંભળતા કેન્દ્રિત રહો. આમ તો તમે બધી અગત્યની જાણકારી લેવા ઇચ્છશો પણ એક-એક શબ્દ લખવાની ભૂલ ન કરો, જ્યારે અધ્યાપક કહે, "કૃપયા ધ્યાન આપો","આને ભૂલો નહીં", "આને યાદ રાખો", "આ પરીક્ષામાં આવી શકે છે." આવી વાતો જરૂર નોંધ કરો કેમ કે આ એમની દૃષ્ટિએ અગત્યની છે. તે બ્લેકબોર્ડ પર કાંઈક લખે તો એનો અર્થ એ પણ બહુ મહત્ત્વની છે. ઝડપથી હાથ ચલાવો જેથી બધું નોંધી શકાય અને કશું પણ બાકાત ન રહે. કેટલાક વાક્યોને સંક્ષિપ્ત પણ કરી શકો છો. જેમ કે

પરસેન્ટને બદલે % લખો અથવા યુનાઈટેડ સ્ટેટસને બદલે યુ.એસ. લખો.

જો પાછળ રહી જાવ તો પેપર પર નિશાન કરી દો જેથી પાછળથી વાંચી શકાય, અત્યારે તો અધ્યાપકની સાથે ચાલતા નોટ્સ લખતા રહો.

વર્ગ પછી : વર્ગ પૂરો થયા પછી પણ પોતાની નોટ્સ પર એક નજર નાખો તથા તેને ફરીથી લખો. નોટ્સ બીજીવાર લખતી વખતે સંક્ષિપ્ત શબ્દો આખા લખો. કેમ કે તે અત્યારે મગજમાં તાજા છે. વર્ગમાં આપેલા જવાબ પણ લખો જેથી જે કાંઈ સમજાઈું નથી તે ફરી પૂછી શકાય.

સ્કૂલ, કૉલેજ અથવા વર્ગમાં આજે પણ અધ્યાપક લેકચરના માધ્યમથી જ વિદ્યાર્થીઓને બધી જાણકારી આપે છે. કૉલેજમાં સામૂહિક શિક્ષણ પ્રક્રિયાઓ ચાલૂ હોવા છતાં લેકચર પદ્ધતિ હજુ પણ ચાલુ છે. એજ રીતે કોઈપણ વિષયને જૂદો કરવા, વ્યવસ્થિત કરવા માટે નોટ્સની જ મદદ લેવામાં આવે છે.

સારી નોટ્સ તૈયાર કરવા માંગો છો તો સાચી રીતે સાંભળવાની ટેવ પાડો. મોટાભાગના લોકો સમજે છે કે, તેઓ સારા શ્રોતા છે પરંતુ અધ્યયનોથી માલૂમ પડ્યું છે કે, મોટાભાગના વિદ્યાર્થીઓ, પાસે આ યોગ્યતા હોતી નથી. સૌથી પહેલાં તમારે શ્રવણ કૌશલ્યને નિખારવું પડશે.

લેકચર દરમ્યાન નોટ્સ લેવી. ઘણી બોરિંગ અને મુશ્કેલ લાગી શકે છે. એના માટે અમારી નિમ્નલિખિત ટિપ્સ અપનાવો.

- સ્ટાન્ડર્ડ આકારની કોપી લો. છૂટા પાના લેવાથી ફાયદો થશે કેમ કે એમાં હેડઆઉટ પણ સામેલ કરી શકો છો અને તેને પોતાની રીતે વ્યવસ્થિત કરી શકો છો.
- વર્ગમાં આગળ કે વચ્ચે બેસો, પ્રોફેસરથી જેટલું વધારે સંપ્રેષણ થશે, અભ્યાસમાં મન લાગશે અને ધ્યાન નહીં ભટકે.
- દરેક નોટ પર મથાળું તથા તારીખ લખો.
- ભલે ઉપસ્થિતિ અનિવાર્ય ન હોય, દરેક વર્ગમાં જાવ. કોઈ બીજા પાસે નોટ લેવી, વર્ગમાં ન જવાનો વિકલ્પ નથી, જ્યારે તમે પોતાના કાનોથી કોઈ જાણકારી સાંભળો છો અને તેને પોતાના શબ્દોમાં લખવા લાગો છો તો શીખવાની પ્રક્રિયા ત્યાંથી જ શરું થઈ જાય છે, જ્યારે નોટ્સને ફરી દોહરાવો છો તો બધી સામગ્રી પૂરી રીતે તૈયાર થઈ જાય છે.
- કોઈપણ લેકચરમાં જતા પહેલાં પાઠને ઘેરથી જ વાંચીને જાવ. પ્રાથમિક જાણકારી તમારી પાસે હશે તો પાઠ સરળતાથી સમજાઈ જશે. બહુ ઓછા વિદ્યાર્થીઓ આ તૈયારીને ગંભીરતાથી લે છે.

- જરૂર કરતાં વધારે વિસ્તારમાં જવાને બદલે ખાસ જાણકારી પર વધારે ધ્યાન આપો. પ્રોફેસર બહુધા બોલતી વખતે પોતાના ભાવો તથા વાતચીતથી ખાસ વાતો જણાવે છે અથવા તેને બ્લેકબોર્ડ પર લખે છે.

આ ટિપ્સની મદદથી તમે સારી નોટ્સ તો લઈ શકશો પણ તમારી કોપીનું શું? શું તેમાં કિનારે - કિનારે બેલ-બૂટે અથવા આકૃતિઓ બની છે ? એનો અર્થ થશે કે, એ સમયે વાંચતા-વાંચતા તમારું મન ભટકી ગયું હતું. તમારી નોટ્સની આસપાસ ખાલી જગ્યા હોવી જોઈએ. જેથી તમે પુસ્તક કે આગલા દિવસની નોટ્સમાંથી પણ કોઈ સામગ્રી લઈ શકો.

નોટ્સ લખવાની 'કૉરનલ પદ્ધતિ'

આ પદ્ધતિમાં સમય પણ બચે છે અને તે વધારે અસરકારક પણ હોય છે. એમાં નોટ્સને બીજીવાર લખવી પણ પડતી નથી.

પહેલું પગથિયું – તૈયારી

એક મોટી તથા ખૂલ્લા પાનાવાળી નોટબુક લો. પેપરની એકબાજુ ન ઉપયોગમાં લો. પાના પર એક કોલમ બનાવો. જેને આપણે 'રીકૉલ કૉલમ'નું નામ આપીશું. તેની જમણી તરફથી નોટ્સ લો. ખાસ વાક્ય તથા સૂત્ર, શબ્દ, રીકૉલ કોલમમાં લખી શકો છો.

બીજું પગથિયું – લેકચર દરમ્યાન

નોટ્સને પેરેગ્રાફની સ્કૂલમાં લખો. તેમાં સામાન્ય વિચાચર લો; કોઈ વિચારનો અંત દર્શાવવા માટે એક લાઈન છોડી દો. સંક્ષિપ્ત શબ્દ પ્રયોગ કરવાથી સમય

બચશે. સમજી વિચારીને જ લખો.

ત્રીજું પગથિયું – લેક્ચર પછી

નોટ્સ વાંચીને તેને વધારે સારી બનાવવાની કોશિષ કરો. બધા સૂત્રોને મેળવીને આખા લેક્ચરનો સાર લખો. તમારે લેક્ચરના આખા વિચારને પોતાના શબ્દોમાં લખવો પડશે. પોતાની નોટ્સના જમણા ભાગને ઢાંકી દો અને સામાન્ય કથન આપતા રિવ્યું કરો.

• • •

6

પાઠ્યપુસ્તકો વાંચવાની રણનીતિ

જો તમે વાંચતા પહેલાં થોડા વ્યવસ્થિત થઈ શકો, તો પાઠ્યપુસ્તક વાંચવું વધારે સહેલું બનશે. શીર્ષક વાંચીને જાણો કે શું તમે વિષય સામગ્રી વિશે કશું જાણો છો. એ લખી લો કે, તમે એ વિષય વિશે શું અને કેટલું જાણો છો. તમે જે પણ વાંચો, વિદ્યાર્થીઓ તથા બીજા લોકો સાથે આ વિષયમાં વાત કરો. એ પ્રશ્નો વિશે પૂછો જેના ઉત્તર તમે પાઠ વાંચતા પહેલાં જાણવા ઈચ્છશો. જો બીજા સાથે તમારી જાણકારી વ્હેંચશો તો બીજું ઘણું પણ શીખી શકો છો.

પુસ્તકોમાં આપેલ ગ્રાફિક તથા મિત્રોની મદદથી પણ વિષય સામગ્રીનું અનુમાન લગાવી શકો છો. ચાર્ટ, ગ્રાફ અને સૂચીઓ પણ આ શ્રેણીમાં આવે છે. એને જોવાથી પણ મનમાં ઘણા નવા વિચાર આવી શકે છે.

જો તમે પાઠ્યપુસ્તકમાં આપેલ શબ્દ નથી જાણતા તો પોતાની પાસે શબ્દકોષ રાખો. બધા ખાસ શીર્ષક નીચે લાઈન કરી દો જેથી એને વાંચતા જ પાઠનું સારાંશ મળી જાય.

પુસ્તકમાંથી નોટ્સ લઈને પણ શીખવામાં મદદ મળે છે. પહેલાં એકવાર બધી વિષય સામગ્રી વાંચો નોટ્સ ન લો. વિષયને સમજવાની પ્રયત્ન કરો. જો પહેલી જ વાર નોટ્સ લેવા બેસી ગયા તો તમે ઘણી નોટ્સ લઈ લેશો.

બધી જાણકારી વાંચ્યા પછી ફરીથી મુખ્ય વિચારને શોધો. એકવાર આ કર્યા પછી જાણકારી પોતાના શબ્દોમાં લખો. એને આગળના અભ્યાસ માટે કોઈ કોપીમાં લખી લો. જો એને સમજવા માટે, કોઈ બીજી જાણકારીની જરૂર હોય તો એને પણ લખો.

લખ્યા પછી ધ્યાનથી વાંચો તથા નક્કી કરી લો કે તમને તમારું લખેલું બધું સમજ પડે છે. જો નથી આવતું તો ફરી પાઠ્યપુસ્તક વાંચો.

શું કહી એવું થયું કે, પાઠ વાંચ્યા છતાં તમને એમાંથી કશું પણ યાદ ન રહ્યું? એને પણ સુધારી શકાય છે.

- સૌથી પહેલાં તમારે સર્વે કરવો જોઈએ કે તમે શું વાંચવા જઈ રહ્યા છો. પ્રમુખ શીર્ષકો, ચાર્ટ તથા તસ્વીરો પર ધ્યાન આપો, સારાંશ વાંચો તથા રિવ્યૂ પ્રશ્નો પર નજર દોડાવો. આ વિશે પહેલેથી જે ખબર હોય એને પણ તપાસી લો. પહેલેથી જેટલી પણ જાણકારી હશે, તમારી દીર્ઘકાલીન

અભ્યાસ માટે લાભદાયક બનશે.

- એકવારમાં એક જ ફકરો વાંચો. બીજા ફકરા પર જતા પહેલાં એને વાંચવાનું કારણ શોધો. શીર્ષક અથવા વિષયના વાક્યનું સૂત્ર વાપરો તથા વાંચતી વખતે નિશાન લગાવો.
- જ્યારે ફકરો પુરો થાય તો એક પ્રોફેસરની જેમ વર્તતા તેમાંથી પ્રશ્નો પૂછો. તમારા પાઠ્યપુસ્તકના ખૂણામાં તે પ્રશ્ન લખી લો.
- હવે તે પ્રશ્નોના ઉત્તરોની નીચે લાઈન કરો. એને નંબર આપો, બોક્સ બનાવો કે વર્તુળ રચો.
- એ હંમેશા નક્કી કરો કે, તમે આગળ આવનારા કોઈપણ ટેસ્ટ માટે તે જાણકારી લઈ રહ્યા છો. તે આ સમયે તૈયાર કરેલ પ્રશ્ન આગળ જતા પણ કામ આવનારા છે.
- તમારા શબ્દોમાં જવાબ બેવડાવો.
- હવે તમે આગલો ફકરો વાંચવા તૈયાર છો.

આ રીતે શીખવાથી વધારે સમય તો લાગશે પણ તમને નિમ્નલિખિત લાભ પણ થશે -

- તમે ટૂકડે - ટૂકડે, થોડા-થોડા સમયે પાઠ વાંચી શકો છો એટલે એક વારમાં જ આખો પાઠ વાંચવાનો નથી.
- તમારે ફરી પાઠ વાંચવો નહીં પડે.
- તમને ટેસ્ટના પ્રશ્નો પહેલેથી જ ખબર પડી જશે.
- તમારી પાસે પાઠ્યપુસ્તક વાંચવાની પદ્ધતિસરની રીત હશે.

SQRW ટેકનીક –

શું તમે કદી SQRW સાંભળ્યું છે ? જો કે આ સાંભળવામાં થોડું મુશ્કેલ છે પણ એનો અર્થ બિલકુલ સાફ છે, આ ચાર ચરણવાળી રણનીતિ, પાઠ્યપુસ્તકમાંથી નોટ લેવા તથા વાંચવા, પરીક્ષાની તૈયારી કરવા, વર્ગમાં ચર્ચા કરવા તથા વાંચ્યા પછી યાદ કરાવાની ક્ષમતા સુધારવામાં મદદ કરશે.

SQRW
S – (પરીક્ષણ)
Q – (પ્રશ્ન)
R – (વાંચવું)
W – (લખવું)

પરીક્ષણઃ- તમારે કોઈપણ પાઠ વાંચવાનું શરું કરતા પહેલાં પરીક્ષણ કરવું પડશે. તે પાઠના મુખ્ય તથા સહાયક શીર્ષક વાંચો, ચિત્ર જુઓ તથા પાઠના અંતમાં આપેલું સારાંશ વાંચો. પરીક્ષણ કરતી વખતે બધા ગ્રાફ, ચિત્ર તથા સૂચિઓ પણ જુઓ. આ એક ઝલકથી તમને અંદાજ આવી જશે કે તમે શું વાંચવા જઈ રહ્યાં છો.

પ્રશ્ન :- તમારી બીજી રણનીતિ છે 'વાંચતી વખતે પ્રશ્ન પૂછવા'. પ્રશ્ન તમને ફોક્સ કરવા તથા વાંચવાનું ઉદ્દેશ્ય જાણવામાં મદદ કરે છે. તમે કેવળ વાંચવાને બદલે, ઉપયોગી જાણકારી મેળવવા માટે વાંચવા લાગો છો. દરેક પાઠના શીર્ષકથી જ તેના માટે પ્રશ્ન કાઢો, જેમ કે - 'હાઉસિંગ ટ્રેનિંગ ડોગ્સ' શીર્ષકથી જ તમે પ્રશ્ન પૂછી શકો છો, "એક કૂતરાને કેટલી રીતે ઘરમાં જ ટ્રેંડ (પ્રશિક્ષણ) કરી શકાય છે ?" અથવા "હાઉસ ટ્રેનિંગનો શો અર્થ છે ?" જો શીર્ષકમાંથી ઘણા વિચાર નીકળે તો તમે તેમાંથી ઘણી જાતના પ્રશ્ન શોધી શકો છો. પ્રશ્ન પૂછાવ માટે સારાંશ, પરિચય તથા પાઠ્ય સામગ્રી જ નહીં બલ્કે શીર્ષકનો જ ઉપયોગ કરો.

વાંચવું :- આ તમારી ત્રીજી રણનીતિ છે, પાઠના પરીક્ષણ તથા શીર્ષકથી પ્રશ્ન કાઢ્યા પછી તમને આપવામાં આવેલી માહિતીના હિસાબે પ્રશ્નોના ઉત્તર શોધવાના છે. એકવાર પાઠ વાંચ્યા પછી તમે પ્રશ્નોમાં કાંઈ સુધારો કરવા ઇચ્છશો કે પછી તેની ગણતરી પણ વધારી શકો છો. વાંચતી વખતે દરેક પ્રશ્નનો સાચો ઉત્તર મેળવવાની પ્રયત્ન કરો.

લખવું :- આ તમારી ચોથી રણનીતિ છે. તમારે દરેક પ્રશ્નનો ઉત્તર, એક કોપીમાં લખવાનો છે. પ્રશ્ન - ઉત્તર લખ્યા પછી એને ધ્યાનથી જુઓ કે ક્યાંક ઉત્તર અધુરો તો નથી ને.

આ રણનીતિને અપનાવવાથી યાદ કરવું ઘણું સરળ થઈ જશે. તમને સારી રીતે નોટ્સ લેતા આવડી જશે અને પહેલેથી ઘણું વધારે શીખી શકશો.

પાઠ્યપુસ્તકમાંથી નોટ્સ લેવી

પોતાના પાઠ્યપુસ્તકનો કોઈ પાઠ સારી રીતે વાંચો જેથી તે સારી રીતે સમજાઈ જાય. અત્યારે નોટ્સ લેવાને બદલે સામગ્રી પર સમજવામાં ધ્યાન આપો. પછી તેને પોતાના શબ્દોમાં લખવાનો પ્રયત્ન કરો. પાઠ્યપુસ્તકમાંથી એમ જ બધી જાણકારી ન ઉતારો. ફક્ત એજ જાણકારી લો. જે સમજવામાં કામ આવે. પછી પોતાની નોટ્સની તુલના પાઠ્યપુસ્તક સાથે કરીને જુઓ કે બધું સમજાઈું છે કે નહીં.

મુશ્કેલ વિષયનો અભ્યાસ :-

- કોઈપણ પાઠનો પહેલાં થોડો જ અંશ લો.
- તેના શીર્ષક, ઉપશીર્ષક, ગ્રાફ ચાર્ટ, ચિત્ર તથા સારાંશ પર ધ્યાન આપો. ખાસ પ્રશ્નો તથા અભ્યાસ માટે પાઠના આરંભ તથા અંત પર ધ્યાન આપો.
- સૌથી પહેલાં વાંચીને જાણકારી મેળવો કે ક્યાં મુશ્કેલી આવી રહી છે. તેના પર નિશાન લગાવી દો.
- પ્રશ્નને સકારાત્મક રીતે વાંચ્યા પછી પ્રતિક્રિયા આપો. કનેક્શન બનાવો પણ એને યાદ ન કરો. ખાલી સમજવા માટે ઉપયોગ કરો.
- શબ્દ જુઓ તે ખાસ શબ્દો નોંધ કરો, જે પાઠ્ય સામગ્રીનો ભાગ હોવા છતાં તમને સમજમાં આવતું નથી.
- અંત સુધી પાઠ વાંચો. વચ્ચે જ હિંમત ન હારો. વાચવાથી ધીરે-ધીરે બધું સમજમાં આવવા લાગશે. પૂરું વાંચ્યા પછી, એ ભાગ પર ધ્યાન આપો, જે સારી રીતે સમજાઈું નથી.
- કેવળ શબ્દોની જાળમાં ઉલઝવાને બદલે. શીખવાની બીજી રીતો પણ ઉપયોગ કરો. એને આગલા દિવસે ફરીથી વાંચો, જેથી મનમાં તેની સાફ છબી બની રહે અને રીવીજન ચાલતું રહે.
- મોટા મોટા ઢાંચાને વારંવાર સમજવાની પ્રયત્ન કરો. તેમ છતાં પણ રીડિંગથી ફાયદો ન થાય તો પોતાના અધ્યાપક, સલાહકાર અથવા કોઈ વિશેષજ્ઞની મદદ લો.

• • •

7

ધ્યાનથી સાંભળવાની કળા

વર્ગમાં ધ્યાન આપવું બહું જરૂરી હોય છે. તે જ કેવળ તમારા અભ્યાસ બલ્કે અધ્યાપક સાથેના તમારા સંબંધો માટે પણ આવશ્યક છે. જો તમે વર્ગમાં બેસીને, આરામથી સાંભળશો તો અધ્યાપક પણ તમને યાદ રાખશે એમણે પણ અહેસાસ થશે કે તમે કાંઈક શીખવા તથા સમજવાની પ્રયત્ન કરી રહ્યા છો.

વર્ગમાં જતા પહેલાં પાછલા સત્રની નોટ્સ દોહરાવીને જાવ. જો કોઈ પ્રશ્ન પૂછવો હોય તો પહેલેથી જ તૈયાર રાખો. જેથી વર્ગના આરંભ કે અંતમાં પૂછી શકાય.

વર્ગમાં ધ્યાન અહીંતહીં ભટકવા ન દો. ત્યાં જતા પહેલાં મોબાઈલ બંધ કરી દો. બારીની નજીક ન બેસો. કોઈ મોડું આવે તો તેના પર ધ્યાન આપવાને બદલે કામ પર ધ્યાન આવો. જો મિત્ર વાત કરવાનો પ્રયત્ન કરે તો તેની પાસે ન બેસો. વર્ગમાં અધ્યાપકની વાત સાંભળતા નોટ્સ લો. યોગ્ય રીતે ટટ્ટાર બેસો, તમારું માથું ટેબલ કે ખુરશી પર ન ટેકવો. વર્ગમાં વ્યવસ્થિત કપડાં પહેરો. આને પણ તમારું કાર્યસ્થળ જ માનો.

કોઈ એસાઈનમેન્ટ મળે તો અધ્યાપકની વાત સમાપ્ત થયા પછી જ પ્રશ્ન પૂછો. આમ તો તેઓ પૂછ્યા વગર જ બધું જ બતાવી ચૂક્યા હશે.

થોડી-થોડી વારે બેસવાની મુદ્રા બદલો. નોટ્સ લેતી વખતે યોગ્ય સમયે તમારો પ્રશ્ન પૂછો.

વર્ગમાં બહુધા અધ્યાપક વાતચીત દરમ્યાન જ ઘણું બધું સમજાવી દે છે. તમારે એક સારા 'લિસનર' બનવું પડશે. ફક્ત સાંભળવા અને સારી રીતે સાંભળવામાં અંતર છે. સારી રીતે સાંભળતી વખતે તમે પોતાને માનસિક રીતે એ વિષય સાથે જોડી લો છો. એક સારા લિસનર બનવા માટે નિમ્નલિખિત ટિપ્સ અજમાવો.

પહેલેથી તૈયાર રહો : સાંભળવા માટે તૈયાર હોવાનો અર્થ છે કે તમે વર્ગમાં આવતા પહેલાં થોડી તૈયારી કરીને આવો. તમારું બધું હોમવર્ક અને અસાઈનમેન્ટ પૂરા હોય. જે વિષય શીખવવાનો હોય તેના પર એક નજર કેરવો પાછલા વર્ગની નોટ્સ દોહરાવો અને કશું નવું શીખવા માટે માનસિક રીતે તૈયાર થઈ જાવ. સારી રીતે સાંભળવા માટે વર્ગમાં તૈયાર થઈને આવવું જરૂરી છે.

માનસિક તથા ભાવનાત્મક તૈયારી : ભાવનાત્મક રીતે સાંભળવા માટે તૈયાર રહો. વર્ગમાં સકારાત્મક રીતે પ્રવેશ કરો અને વિષયના વિશે પહેલે જ સ્પષ્ટ રીતે જાણી લો.

કેવળ સાંભળો નહીં : કેવળ સાંભળો નહી એક ઉદ્દેશ્ય માટે સાંભળો તમને ખબર હોવી જોઈએ કે, તમે કયા વિષય વિશે જાણકારી મેળવવા માટે આ બધું સાંભળી રહ્યા છો.

ધ્યાન આપો : તમારે તમારા હવાઈ કિલ્લાને અલવિદા કહેવી પડશે. દિવસે સ્વપ્ના જોવાને બદલે પૂરું ધ્યાન આપો. જો આ કામ મુશ્કેલ લાગે છે તો આગળની પંક્તિમાં બેસો તથા શિક્ષક સામે જુઓ.

મન ખુલ્લું રાખો : અધ્યાપક જે પણ કહે એ દૃષ્ટિકોણને સમજો. ભલે તમે એમની વાત સાથે સહમત ન હો તો પણ ખૂલ્લાં મનથી બધી વાત સાંભળો કેમ કે તે તમારાથી વધુ જાણે છે.

એક્ટિવ લિસનર બનો : આ રીતે તમે કહેલી વાત સાંભળીને વધારે સારી રીતે સાંભળી શકશો. ભલે તમને લાગે કે, અધ્યાપક બહુ ઝડપથી બોલે છે પણ તમે એનાથી પણ ઝડપથી સાંભળો છો. એમની દરેક વાતનું મૂલ્યાંકન કરો. જેથી આગલું વાક્ય સમજવા તથા જોડવામાં મુશ્કેલી ન થાય. લખતી વખતે મુખ્ય મુદ્દા જ લખો. એક એક્ટિવ લિસનર જ આખા લેકચરમાંથી મુખ્ય મુદ્દા તારવી શકે છે.

હિંમત ન હારો : જો વિષય મુશ્કેલ તથા પડકારયુક્ત લાગે, તો પણ હિમંત ન હારો અને સાંભળવાનું ન છોડો. આ સમયે તો વધારે ધ્યાનથી સાંભળવું પડશે. જે શીખવવામાં આવે એને સમજવાની પ્રયત્ન કરો અને પ્રશ્ન પૂછવામાં સંકોચ ન કરો.

ધ્યાન ભટકવા ન દો : વર્ગમાં ધ્યાન ભટકવાના ઘણા સાધનો હાજર હોય છે. વર્ગ વધારે ઠંડો, ગરમ, અંધારીઓ કે વધારે પ્રકાશિત હોય શકે છે. તમારા વિષયમાં જ ધ્યાન કેન્દ્રિત કરો. આસપાસના ઘોંઘાટને નજર અંદાજ કરો.

સાંભળવાના કૌશલ્યમાં સુધારો

આના માટે નિમ્નલિખિત રણનીતિઓ અપનાવી શકો છો :

આંખોનો સંપર્ક : જ્યારે કશું લખી ન રહ્યા હો ત્યારે અધ્યાપક સાથે આંખોનો સંપર્ક બનાવી રાખો. આ રીતે વિષય પર કેન્દ્રિત થવામાં મદદ મળશે અને વિષયમાં મન લાગેલું રહેશે.

ડિલીવરી પર નહી વિષય પર ધ્યાન આપો : શું તમે નોંધ્યું છે કે, પાછલી પંદર મિનિટમાં અધ્યાપકે કેટલી વાર પોતાનું ગળું સાફ કર્યું ? જો હા તો તમારું ધ્યાન સાંભળવામાં નથી.

ભાવનાત્મક લગાવથી બચો : ભાવનાત્મક લગાવ રાખ્યા પછી તમે કેવળ એ જ સાંભળો છો. જે સાંભળા ઈચ્છો છો. એ નથી સાંભળતા જ સાંભળવું જોઈએ. ભાવનાત્મક લગાવ ન પાળો.

મનને ભટકવા ન દો : વર્ગના તાપમાનના હિસાબે વસ્ત્ર પહેરો. આસપાસ ધ્યાન વિચલીત કરતી બાબતોની પરવા ન કરો અને વિષય પર જ કેન્દ્રિત રહો.

સાંભળવું એક પડકારયુકત માનસિક કાર્ય : તમારે આ પડકારનો સામનો કરવાનો છે. તમારે નોટ્સ લેતા પહેલાં, પૂરું ધ્યાન એકાગ્ર કરવાનો પડકાર ઝીલવો પડશે.

માનસિક પ્રશ્ન પૂછો : જો તમે મનોમન પોતાને પ્રશ્ન પૂછશો તો માનસિક રીતે તાજા રહેશો. પોતાને પૂછો કે પ્રોફેસર કયા મુખ્ય મુદ્દા પર બોલી રહ્યા છે. આ જાણકારી પાછલા લેકચરને મળે છે ? આ લેકચરમાં નવું શું સામેલ કરવામાં આવ્યું છે ?

બોલવા અને સાંભળવામાં અંતરાલ (વિરામ) : તમે સાંભળવા કરતા ઝડપથી વિચારો છો. ત્યારે તો મન ભટકે છે આ બધા સૂઝાવોના બળ પર તમે પોતાનું ધ્યાન કેન્દ્રિત રાખી શકો છો. તમારું મન એક સાથે સાંભળવા, વિચારવા અને લખવાની ક્ષમતા રાખે છે પણ તેના માટે અભ્યાસની જરૂર પડશે.

ડેન ડ્રાઈટ કનેક્શન

સાંભળવા માટે કૌશલ્ય અને કૌશલ માટે અભ્યાસની જરૂર હોય છે. તમારું મન કોઈ જારમાં બંધ કરીને ન રાખો. વપરાશમાં લો નહીંતર તમે એને ખોઈ નાખશો. તમારો જન્મ 100 અરબ મગજની કોશિકાઓ સાથે થયો હતો, જ્યારે તમે શીખો છો તો આ કોશીકાઓ ડેંડ્રાઈટ કનેક્શનોમાં વ્હેંચાય જાય છે. અભ્યાસથી

જ ડેંડ્રાઈટ પેદા થાય છે. તમે જે પણ વિચારો, સાંભળો કે સમજો છો તે તેના કનેક્શનમાં જ થાય છે.

રોજીંદા જીવનમાં પણ 'સાંભળવું' બહુ મહત્ત્વ રાખે છે. લોકોના સાંભળવાના ડેંડ્રાઈટ સદીઓથી ફેલાય છે. કેમ કે તેઓ ઘણું બધું શીખતા આવ્યા છે. અનેક પ્રસિદ્ધ વ્યક્તિઓએ પણ 'સાંભળવાના કૌશલ' પર લખ્યું છે.

આ એક એવું સંપ્રેક્ષણ કૌશલ છે. જેના માટે અભ્યાસ કરવો પડે છે. સારી રીતે સાંભળશો તો સારી નોટ્સ લઈ શકશો અને એક સારા અને સફળ વિદ્યાર્થી બની શકશો. જો તમે ઉપર આપેલા બધા સૂચનોનું પાલન કર્યું તો તમે –

- ખરાબ સંપ્રેક્ષણ કૌશલ સાથે જોડાયેલ છ સમસ્યાઓ ઓળખી શકશો.
- સારા લિસનર બનવાના ચાર સકારાત્મક પગલાં લઈ શકશો.
- સારી રણનીતિઓ સમજી શકશો.

તમે કેટલી સારી રીતે સાંભળી શકો છો ? તે એક કળા છે. એક વિદ્યાર્થી, કર્મચારી કે મિત્ર તરીકે તમારી સફળતાનું સાધન છે પણ આપણને કહી પણ તે શીખવવામાં આવતું નથી. આપણે બધા ખોટી રીતે સાંભળીએ છીએ. આપણે બીજાની વાત સાંભળવાને બદલે પોતા પર વધારે ધ્યાન આપીએ છીએ.

એક ઉમદા લિસનર બનવા માટે પોતાના વ્યવહાર અને દૃષ્ટિકોણમાં થોડો સુધારો કરવો પડશે. પોતાની ભૂલો ઓળખવી પડશે. જેથી તમે એક સારા શ્રોતા બની શકો. આ એક સક્રિય પ્રકિયા છે. ઘણા સમય પહેલાં એપિકટેપ્સે પોતાના ગ્રીક મિત્રોને કહ્યું હતું.

"પ્રકૃતિએ આપણને એક જીભ અને બે કાન આપ્યા છે. એનો અર્થ છે કે, આપણે બોલવા કરતા બે ગણું સાંભળવું જોઈએ."

એક વખત એક બુદ્ધિશાળી વ્યક્તિએ કહ્યું હતું 'સાંભળવું' તો દુનિયાનું સૌથી મુશ્કેલ કામ છે. સારી રીતે ન સાંભળી શકવાને કારણે જ ગેરસમજો પેદા થાય છે. ઉદ્યોગમાં દર વરસે આને કારણે જ કરોડો ડોલરનું નુકશાન થાય છે. મોટાભાગની કંપનીઓમાં સારુ સમજવા માટે લખવા પર ભાર મૂકવામાં આવી રહ્યો છે. જેરોક્સ નામની કંપનીએ બજારમાં 'લિસનિંગ ઈમ્પ્રુપમેંટ કોર્સ' પણ ઉતાર્યો છે.

સ્કૂલમાં બહુધા વિદ્યાર્થીઓ ધ્યાનથી નથી સાંભળતા અને નિર્દેશોનું પાલન ન કરવાને કારણે જ માત્ર ખાય છે. આ ટેસ્ટ માટે પણ એક મહત્ત્વનું કૌશલ છે. શું તમે કહી 'ગપશપ' ની રમત રમી છે ? આ રમતમાં મજા ત્યારે જ આવે છે, જ્યારે છેલ્લી વ્યક્તિ જણાવે છે કે, એણે શું સાંભળ્યું ? એ એમના માટે પણ ઓળખવી મુશ્કેલ થઈ જાય છે જેમણે વાત કહી હતી.

સાંભળવા સાથે જોડાયેલી સમસ્યાઓ

આના પણ અનેક કારણ હોઈ શકે છે.

દિવસે સ્વપ્ન જોવાથી પણ આપણી સાંભળવાની ક્ષમતા પ્રભાવિત થાય છે. સામેની વ્યક્તિ કાંઈ કહે છે અને તે આપણા મનમાંથી નીકળી જાય છે, જ્યારે આપણને ભાન થાય છે કે ત્યારે ખબર પડે છે કે, ત્રીજા મુદ્દા પર વાતચીત થઈ રહી છે અને આપણને પહેલાં બે મુદ્દાની કાંઈ જ ખબર નથી.

વાસ્તવમાં બોલનારની ગતિ આપણા વિચારવાની ગતિથી ધીમી હોય છે. જો વ્યક્તિ પ્રતિ મિનિટ 125 શબ્દો બોલે છે તો મન એનાથી પણ સેંકડો ગણી ઝડપી ગતિથી ભાગે છે. તમે આ સમસ્યાનું સમાધાન મેળવી શકો છો.

જો આપણું મન ખૂલ્લું ન હોય તો આપણે બહુધા ક્લોજ. માઈંડેડ થઈને સામેવાળાને સાંભળવા જ માંગતા નથી. આપણે પહેલેથી જ કોઈ મુદ્દા પર આપણો અભિપ્રાય બનાવી લઈએ છીએ અને મનોમન વિચારીએ છીએ કે આ વિશે વાત કરવી જ બેકાર છે, કશું સાંભળવું જ બેકાર છે.

બહુધા આવું કરવાથી તમે કીમતી જાણકારી મેળવવાથી વંચિત રહી જાવ છો. તેનાથી તમારા શિક્ષણ તથા સંબંધો બંને પર ખરાબ અસર પડે છે. વક્તાની તમને કોઈ કિંમત જ હોતી નથી - ભલે તે તમારું કુટુંબ હોય, મંત્રી હોય, મિત્ર હોય કે સહકર્મી; જો તેઓ તમારા પક્ષમાં બોલશે તો તમારી ધારણા મજબૂત થશે. એ તેઓ તમારી વિરુદ્ધમાં બોલે તો તમને તમારી ભૂલ સુધારવાની તક પણ મળી શકે છે.

ખોટું ધ્યાન આપવું પણ એક એવી બચાવ ટેકનીક છે. જેને આપણે વકતા વિરુદ્ધ વાપરીએ છીએ. આપણે સાંધળવાનો ખોટો દેખાવ કરીએ છીએ. આપણે માથું ધુણાવીએ છીએ, ઢંગ વગરના સવાલ કરીએ છીએ અને આંખોમાં આંખો નાખીને પૂરતું ધ્યાન આપવાની એક્ટિંગ કરીએ છીએ. એ સમયે આપણુ મન તે જગ્યાથી અત્યંત દૂર હોય છે.

ઘણીવાર જુઠ્ઠા લિસનરની પાસે કોઈ રસ્તો હોતો નથી, બની શકે કે, બોલનાર ઘણા બોર કરી રહ્યો હોય અને ત્યાંથી ઉઠવાનો કોઈ માર્ગ ન હોય. ઘણીવાર વાત સાંભળતા - સાંભળતા પણ મનમાં કોઈ જરૂરી વાત આવી જાય છે ત્યારે શ્રોતા સાંભળવાનો દેખાવ કરતા પોતાની બીજી પ્રાથમિક્તા વિશે વિચારવા લાગે છે. જો તમારે આ દેખાડાની આદત પડી જાય તો એ મુસીબત બની શકે છે. યાદ રાખો કે બોરિયત એક માનસીક અવસ્થા છે. જૂઠ્ઠું ધ્યાન આપવાને પોતાની આદતોમાં સામેલ ન કરો.

બૌદ્ધિક નિરાશાનો અર્થ છે કે, વાત શરું કરતાં પહેલાં જ ખતમ કરી દેવી.

ઘણીવાર સાંભળવું ઘણું મુશ્કેલ બની શકે છે. કૉલેજમાં તમને ઘણા એવા લેકચર સાંભળવા પડે છે, જે જરાય સમજાતા નથી, જ્યારે તમે કૉલેજમાં એજ તો શીખવા જાવ છો, જે તમને નથી આવડતું. ઘણીવાર એટલી ખરાબ રીતે અકળાઈ જઈએ છીએ કે સાંભળવાની કોશીશ સુદ્ધાં કરવા પણ તૈયાર નથી હોતા.

આ નકારાત્મક ભાવ સાથે તો તમે કદી આગળ વધી શક્તા નથી. અહીં તો તમારે, પહેલાં કરતાં પણ વધારે ધ્યાનથી સાંભળવાની પ્રયત્ન કરવી જોઈએ. વર્ગમાં નોટ્સ લો જેથી તમે કેન્દ્રિત રહી શકો, જ્યારે કશું ન સમજાઈ તો પ્રશ્ન પૂછવો તમારી જવાબદારી બને છે. બીજા વિદ્યાર્થીઓ સાથે આ વિશે ચર્ચા કરો. સમસ્યાને ઓળખીને એના પર હુમલો કરી દો. કાર્યવાહી શરું કરવામાં ઘણા સપ્તાહ ન લગાડો. કોઈપણ કામને ટાળવાથી વાત નહીં બને. એજ સમયે પગલાં ભરો જેથી શિક્ષણ પ્રક્રિયા પર નિયંત્રણ બની રહે.

યાદ કરવું પણ એક સમસ્યા બની જાય છે, જ્યારે સાંભળનાર દરેક શબ્દ યાદ કરવાની પ્રયત્ન કરે છે, આવા તણાવગ્રસ્ત વિદ્યાર્થી સારી રીતે સાંભળવાના ચક્કરમાં આ ભૂલ કરી બેસે છે.

દરેક શબ્દ યાદ રાખવો બહુ મુશ્કેલ છે. આવામાં તો તમારી હાલત વધારે દયનીય બની શકે છે. જો કોઈ વિદ્યાર્થીને સાંભળવામાં મુશ્કેલી થાય છે તો તે કદી ઉમદા ટેકનીકો શીખી શક્તો નથી.

આપણે બધા સાંભળતી વખતે સામેવાળાની પર્સનાલિટીને જજ કરીએ છીએ પણ આપણા ભાવોને સાંભળવા પર કોઈ અસર પડવી જોઈએ નહીં. વક્તાની વિષય સામગ્રીને નજર અંદાજ ન કરો.

ઘણીવાર તમે વક્તાની આકૃતિ પર વધારે ધ્યાન આપો છો અને માલૂમ પડ છે કે, તમે સારી રીતે કશું સમજી શક્યા નથી. આવી વાતો પર ધ્યાન ન આપો પોતાની વ્યક્તિગત ભાવનાઓને દૂર જ રાખો.

ઉમદા શ્રવણ કૌશલ્ય

જો વર્ગમાં સાંભળવામાં તકલીફ થતી હોય તો તમારા શ્રવણ વ્યવહારની તપાસ કરો તથા નિમ્નલિખિત સકારાત્મક પગલાં ભરો –

સાંભળવા માટે તૈયાર : વર્ગમાં તમારું વલણ બહું મહત્ત્વ ધરાવે છે. જો તે વર્ગ જ સમયની બરબાદી લાગે છે તો સાંભળવામાં મન ક્યાંથી લાગશે ? પોતાને સકારાત્મક આત્મ સૂઝાન આપો કે વર્ગના સમયનો પૂરો સદુપયોગ કરશો.

ઘણા વિદ્યાર્થી પાઠ્યપુસ્તકના અભ્યાસ માટે લેકચરને પૂરક માની લે છે અને ક્લાસમાં સાંભળવું એક કામ બની જાય છે. વર્ગમાં સાંભળતી વખતે, શીખવા

માટે સાંભળો.

વક્તાને જુઓ : બોલનારની સાથે આંખોનો સંપર્ક બનાવી રાખો. જો આસપાસ જોશો તો મન ભટકી શકે છે તમારે તમારી આંખો અને કાનો બંનેની મદદથી સાંભળવું પડશે.

પોતાના પ્રોફેસરના બોલવાના સુર, અંદાજ, ભાવ-ભંગિમા પર, પણ ધ્યાન આપો. આ પણ એક સંપ્રેક્ષણ કૌશલ્ય છે. દરેક બોલતી વખતે મ્હોં સિવાય શારીરિક જગવ-ભેગિમાથી પણ પોતાના ભાવ પ્રકટ કરે છે.

પ્રશ્ન નોંધ કરો : જો પૂછપરછના વલણથી સાંભળશો તો શીખવું અસંભવ થઈ જશે, જ્યારે પણ કોઈ પ્રશ્ન પૂછાય તો જાણી લો કે તે કોઈ ખાસ જાણકારી છે. અધ્યાપકને તો ઉત્તર ખબર જ છે. ફક્ત તમને શીખવવા માટે પ્રશ્ન પૂછાઈ રહ્યો છે. તેઓ ઈચ્છે છે કે, તમને પ્રશ્નનો ઉત્તર યાદ રહી જાય.

જો તમે પણ પ્રશ્ન પૂછો તો ધ્યાનથી ઉત્તર સાંભળોઃ અધ્યાપક ઉત્તર આપતી વખતે ઘણી જાતના ઉદાહરણ તથા વિસ્તાર આપશે, જેનાથી અડધા જવાબ તો આમ જ તો છે, એના પર પૂરુંતું ધ્યાન આપો.

રચનાત્મક રીતે સાંભળો : તમારે સાંભળતી વખતે બીજી વાતો વિચારવાને બદલે વક્તાના શબ્દો પર વિચાર કરતા નોટ્સ લેવી જોઈએ. જો તમે ચૂપચાપ સાંભળતા રહ્યા તો અડધી વાત જ સમજાશે. પોતાના મનને પણ કામ પર લગાડો. કૉમ્પ્યૂટરની જેમ જાણકારી સ્ટોર કરો. વિષયની સાથે ચાલવાને બદલે થોડું આગળ વિચારો.

સાંભળવું જ તો જાણકારી મેળવવાનો સૌથી મોટો સ્રોત છે. તમારી શીખવાની રીત ભલે ગમે તે હોય, કૉલેજમાં જોઈને તથા સાંભળીને જ જાણકારી મેળવી શકાય છે. તમે વર્ગમાં કેટલી સારી રીતે સાંભળો છો, એક વિદ્યાર્થી તરીકે તમારી સફળતા એ વાત પર જ આધાર રાખે છે. અભ્યાસથી સફળતા મેળવવા માટે સાંભળવાનું કૌશલ્ય તો શીખવું જ પડશે.

• • •

8

લેખન ટેકનીકો

લેખન સંપ્રેક્ષણનું મહત્ત્વનું અંગ છે. જો તમને સારી રીતે લખતા આવડે છે તો સ્કૂલ, કૉલેજ અને કેરિયર; ક્યાંય પણ પાછળ નહીં રહો. જો તમને સારી રીતે લખતાં નથી આવડતું તો જીવનમાં ઘણી તક ગુમાવી શકો છો. આને માટે તમારે અલગ-અલગ લેખન ટેકનીકો શીખવી પડશે.

કૉલેજમાં વિભીન્ન રણનીતિઓ અપનાવવી જોઈએ. લખવાથી, એ વિષય પર ઉંડાણથી વિચારી શકો છો તથા કેન્દ્રિત થાય છો, લખવાથી જ તમને માલૂમ પડે છે કે, તમારો વિચાર તાર્કિક તથા તથ્યપસ હતો કે નહીં ?

લખતી વખતે નવા વિચારો પ્રત્યે આગ્રહી રહો. નવા - નવા વિચારો માટે મન ખૂલ્લુ રાખો. મનમાં આવતા બધા વિચાર સંગ્રહી રાખો. તે આગળ જતાં કામ આવી શકે છે. તમે જેટલું લખશો તેટલા જ નવા વિચાર પેદા થશે.

ઘણીવાર એક ડેડલાઈન અથવા સીમા રેખા બનાવવી પણ ઠીક રહે છે. નિયમ તિથિ વગર કોઈપણ કામ પૂરું થતું નથી. એનાથી તમને કેન્દ્રિત રહેવામાં મદદ મળે છે. લખત વખતે પાના કે શબ્દોની મર્યાદામાં રહો. આ અનુશાસનના પાલનથી લેખન વધારે ઉત્કૃષ્ટ બનશે.

પોતાના કામની અશુદ્ધિઓ અલમ કરો તથા તેનું સંપાદન કરો. પોતાનું કામ તપાસો તથા કોઈ બીજાને તેને તપાસવાની તક આપો. કશું લખીને તેને એક-બે દિવસ માટે આંખોથી દૂર રાખો, જ્યારે તમે એને બીજીવાર જોશો તો બીજા દૃષ્ટિકોણથી જોઈ શકશો. આને બેવડાવવાથી તમારી વિષય સામગ્રીની સાથે લેખનમાં પણ સુધારો આવશે.

જરૂરી નથી કે તમારો પહેલોં ડ્રાફ્ટ બિલકુલ સાચો હોય. પહેલાં પોતાના વિચારોને કાગળ પર ઉતારો, પછી વ્યાકરણની દૃષ્ટિથી મજબૂત કરો. વિચારોને લખવાથી પેદા થનારી રચનાત્મક્તા અનમોલ હોય છે.

અમે આપને નિમ્નલિખિત લેખન ટેકનીકો શીખવાની સલાહ આપીએ છીએ;

કથન (નરેશન) :- કથન ટેકનીક ત્યારે અપનાવાય છે, જ્યારે આપણે કાંઈ વાર્તા સંભળાવીએ છીએ. કોઈ વાર્તામાં સમય, થીમ, સમસ્યા, સમાધાન પણ હોય છે. નવલકથામાં લાંબી વાર્તા હોય છે અને બાળકોની પુસ્તકોમાં નાની વાર્તાઓ ! ફિલ્મ તથા નાટકની સ્ક્રિપ્ટ પણ આનો જ નમૂનો છે.

વર્ણન (ડિસ્ક્રિપ્શન) :- આ એક સામાન્ય પણ બહુ મહત્ત્વની ટેકનિક છે. તમે પત્રિકા, પુસ્તક, સમાચાર પત્ર તથા અન્ય લેખન રીતોમાં લેખનની 'વર્ણન' ટેકનીક જોઈ હશે. આમાં લેખક પાંચેય ઈન્દ્રિયો (આંખ, નાક, કાન, મન, હૃદય)ની મદદથી અનુભવ કરાવે છે. આના વાંચકને લેખકના મનના ભાવ સરળતાથી સમજાઈ જાય છે.

પ્રતિપાદન (પર્સુએશન) :- આમાં કોઈ વિષય પર વાંચકનો અભિપ્રાય કે દષ્ટિકોણ બદલવાની પ્રયત્ન કરાય છે. આમાં લેખક પોતાની વાતના પક્ષમાં તર્ક આપતા વાંચકને પોતાની વાતની ખાતરી કરાવવાની કોશીશ કરે છે. તે સંપાદકીય, સમાચાર પત્ર તથા પત્રિકાઓમાં મળે છે.

વ્યાખ્યા (એક્સેવોજીશન) :- આ ટેકનીકના માધ્યમથી લેખક પોતાના વિચારોના વિષયમાં સૂચિત કરે છે તથા સ્પષ્ટ કરે છે, આમાં પણ ડિસ્ક્રિપ્શનની જેમ વાંચકોને લેખકના વિચારોની ઊંડાઈ મળે છે. આ પણ સામાન્ય રીતે સમાચાર પત્ર તથા પત્રિકાઓમાં મળી આવે છે.

તુલનાત્મક લેખન :- આમાં લેખક કોઈ વિષયમાં સમાનતા અથવા વિભિન્નતા દર્શાવવાની કોશીશ કરે છે. સમાનતામાં એક સરખી વાતો તથા વિભિન્નતામાં અલગ-અલગ વાતો દર્શાવાય છે.

યોગ્ય લેખન ટેકનીક અપનાવીને જ તમે પોતાના ઉદ્દેશ્યની પૂર્તિ કરી શકો છો અને વધારે ઉમદા રીતે વિચારોનું સંપ્રેક્ષણ કરી શકો છો.

પેપર લખવું

વિદ્યાર્થીઓને બહુધા પેપર લખવાનું કામ પણ મળે છે, જેને તેઓ આખરી મિનિટ સુધી ટાળવાની પ્રયત્ન કરે છે. પરિણામે ગ્રેડ પર ખરાબ અસર પડે છે. લેખન કોઈ એવી પ્રતિભા નહીં, જેના પર કેવળ થોડાક જ લોકોનો હક્ક છે. તમે પણ આ કૌશલ્ય શીખી શકો છો. આના માટે નિયોજન તથા સંગઠનની જરૂરિયાત પડશે. આના અભ્યાસથી જ વિદ્યાર્થી પોતાના લેખન ક્ષમતા સુધારી શકે છે. નિમ્નલિખિત નિર્દેશોની મદદથી વર્ગ એસાઈનમેન્ટ, નિબંધ તથા ટર્ન પેપર લખવામાં મદદ મળશે.

1. પરિચય – પ્રથમ ફકરો

અ) કોઈ સામાન્ય કથનથી શરું કરો.

બ) એને વિષય પર લઈ જાવ.

2. વિષયવસ્તુ - ત્રણ ફકરાં

દરેક ફકરામાં......

અ) ફકરો કે અનુચ્છેદ જોડવા માટે સૂત્ર બિંદુઓનો પ્રયોગ કરો.

બ) વર્ણન, પરિભાષા, ઉદાહરણ, સમાનતા અથવા વિભિન્નતાથી વિષયનો વિસ્તાર કરો.

ક) મુખ્ય વિચારના સારાંશથી ફકરાનો અંત કરવો.

3. નિષ્કર્ષ – અંતિમ ફકરો

અ) બીજીવાર વિષય પર આવો.

બ) કોઈ એક કથનથી ચર્ચાને અંતિમ સ્વરૂપ આપો.

વિષય વિકસિત કરો

- મહત્ત્વના વિચારો તથા શબ્દને ક્યાંક લખી લો.
- અહીં નાના બિંદુ તથા વાક્ય જ ઉપયોગ કરો.
- આ શબ્દો તથા વાક્યોની મદદથી એક નકશો તૈયાર કરો.
- શોધી કાઢો કે આનાથી તમે શું ઈચ્છો છો.
- આમાંથી કોઈ એકની પરિભાષા લખીને સામે રાખો.
- તમારે શું પ્રતિપાદન કરવું છે – વ્યાખ્યાત્મક નિબંધ લખવો છે કે પેપર તૈયાર કરવું છે ?
- અધ્યાપક શું ઈચ્છે છે ?

યાદી બનાવો કે કયા સ્રોતોથી જાણકારી એકત્ર કરશો.

નાનાથી શરુઆત કરો :- એનસાઈક્લોપીડિયા આ વિશે શું કહે છે ? શું કોઈ સંદર્ભ સ્રોત છે જે અન્ય સ્રોત તથા વિસ્તૃત શોધમાં મદદ કરી શકે ?

શું એક જ રિસર્ચ એન્જિન પર્યાપ્ત થશે ?

મોટું વિચારો :- શું તમે કોઈ વિશેષજ્ઞો સાથે વાત કરી શકો છો ?

પોતાના વિષયનું વિશ્લેષણ કરો : શું તે બહુ વિસ્તૃત કે સંકીર્ણ છે ? શું તે રોચક છે ? શું તે કોઈ વિવાદ છે અથવા તમે બીજાઓને કોઈ સમસ્યા વિશે સમજાવવા જઈ રહ્યા છો ? તમે બે દૃષ્ટિકોણથી જાણકારી આપશો કે એક જ પ્રશ્ન તથા વિચારવિમર્શ સામેલ કરશો ?

પોતાના ટોપિક અથવા વિષયનો સારાંશ તૈયાર કરો તથા ફીબૈંક માટે અધ્યાપકને આપો. તેઓ શરુઆતથી જ સાચું દિશા નિર્દેશ આપશે તો તમારું કામ સરળ થઈ જશે.

વિષય પર પોતાનો અભિપ્રાય લખો. યાદ રાખો કે, તમે શિક્ષક અનુભવના રૂપમાં નિબંધ લખી રહ્યા છો ત્યારે તમારી પોજીશન વિરુદ્ધ જાણકારી મળી શકે છે. તમારે તેનું સમાધાન કરવું પડશે. મન ખૂલ્લું રાખો એટલે દરેક પક્ષની વાત સાંભળો.

ડ્રાફ્ટ લખવો

એક ડ્રાફ્ટનો અર્થ છે કે, લેખન પ્રક્રિયામાં ઘણા આગળ આવી ગયા છો. તમે બધી જાણકારી એકત્ર કરી લીધી છે અથવા શોધ સમાપ્ત થવામાં છે.

તમારે શું જોઈએ ?

કેન્દ્રિત થવા માટે પર્યાપ્ત સમય

કામ કરવા માટે વિઘ્ન રહિત સ્થાન, જ્યાં કોઈપણ તત્ત્વ તમારી એકાગ્રતામાં વિઘ્ન ન કરી શકે.

તાજા અને ઐતિહાસિક આંકડા તથા દૃષ્ટિકોણ સહિત તૈયાર તથા શોધ.

એક સ્પષ્ટ વિચાર કે તમે કોના માટે લખી રહ્યા છે - પ્રોફેસર, આયુ વર્ગ, મિત્ર કે વ્યવસાય માટે........

તમારી શોધના વિચારો સાથે જાડાયેલ **નોટ્સ તથા અભ્યાસ**

આ બધાનો રિવ્યૂ કરો. એને વાંચો નહી. ખાલી એક ઉપરછલ્લી નજર કરો.

સંદર્ભ કાર્ય, પ્રિંટ આઉટ, સૂક્તિઓ વગેરે, પોતાની નોટ્સ પર વિશ્વાસ રાખો તથ્યોની ભીડમાં ગુમ ન થાવ. પોતાના મુદ્દા પર જ કેન્દ્રિત રહો.

લખતી વખતે, એને ન બેવડાવો, અશુદ્ધિઓ તથા વિરામ ચિહ્ન પણ ઠીક ન કરો, બસ લખતાં જાવ, લખતાં જાવ...

આ પહેલો ડ્રાફ્ટ છે એટલે બધી ભૂલો પાછળથી દૂર થઈ જશે.

લેખન પહેલાંના અભ્યાસ પછી બ્રેક લો!

પોતાને તાજા કરો!

આ અભ્યાસ દરમ્યાન આવેલા વિચારો, વિષયો, થીમ તથા પ્રશ્નો પૂરું પણ એક નજર કરો. એને જોરથી વાંચો અને રોચક વાતો પર ધ્યાન આપો તથા તેનો સારાંશ કાઢો.

સ્કોરિંગ અથવા પ્રાથમિક્તાની રીતે વિચારો, વિષય, પ્રશ્નો તથા થીમનું મુલ્યાંકન કરો. આ યાદીને પાસે જ રાખો.

પછી પોતાની પ્રાથમિક્તાના હિસાબે ક્રમ આપો.

ડ્રાફ્ટ લેખન

તમારો પહેલો અનુચ્છેદ : વિષયનો પરિચય આપો

પોતાનો દૃષ્ટિકોણ રજૂ કરો.

ત્રણ મુખ્ય મુદ્દાઓ પર કેન્દ્રિત થતા વિકસીત કરો.

દરેક અનુચ્છેદમાં પ્રવાહ જાળવી રાખો.

દરેક અનુચ્છેદમાં વિષય સાથે જોડાયેલ વાક્યોને સ્થાન આપો.

ફકરામાં એ રીતના વાક્ય આપો કે બે ફકરામાં, પરસ્પર જોડાય થઈ શકે.

એક બે વાક્યવાળા અનુચ્છેદ ન બનાવો. એનાથી માલૂમ થાય છે કે, તમે કોઈ વિચારને સારી રીતે વિકસીત કરી શક્યા નથી.

આખા નિબંધમાં લગાતાર પોતાના દૃષ્ટિકોણને સિદ્ધ કરો.

- નિબંધનું કેન્દ્રબિંદુ ન છોડો.
- સારાંશને અનુચ્છેદોની વચ્ચે ન લાવો. એનો વારો અંતે આવશે. એક્ટિવ વોઈસનો પ્રયોગ કરો.
- સૂક્તિઓ તથા અંતડાના કારણે પોતાની વાત સ્પષ્ટ કરો.
- પ્રત્યેક સૂક્તિનો યોગ્ય રીતે પરિચય, વિસ્તાર તથા સમાપ્તિ કરો.
- પોતાની ચર્ચાના પ્રવાહને તૂટવા ન દો.

નિષ્કર્ષ

પોતાના પહેલાં અનુચ્છેદ તથા વિકાસને વાંચો તથા એક તરફ મૂકી દો.

પછી સારાંશ અને પોતાની ચર્ચાને નિષ્કર્ષ આપો.

ફરી એકવાર પહેલાં અનુચ્છેદ તથા વિકાસનો સંદર્ભ આપો.

- છેલ્લાં અનુચ્છેદમાં મુખ્ય વિચાર ફરીથી આવે છે ?
- પોતાના તર્કની મહત્ત્વ દર્શાવો.
- એમના વિકાસને તાર્કિક રીતે સમાપ્ત કરો.

તમે તમારા વિકાસ તથા નિષ્કર્મના ઉમદા મેળ માટે પહેલાં અનુચ્છેદમાં થોડો ફેરફાર કરી શકો છો.

સંપાદન પહેલાં એક બ્રેક લો. જેથી એક નવો દૃષ્ટિકોણ મળી શકે. એનાથી તમે તમારો સંદેશો વધુ સારી રીતે સંપ્રેષિત કરી શકશો.

રિવિઝન અભ્યાસથી થશે : શબ્દ ભંડાર વગેરે પર ફોક્સ કરતા રિવાઈજ કરવાનો અભ્યાસ કરો.

સામાન્ય રિવ્યૂ રણનીતિઓ

- બોલીને પેપર વાંચો.
- ધીમે ધીમે વાંચો. આ કેવું સંભળાય છે ?

કાગળથી પાઠ્ય સામગ્રી ઢાંકી દો તથા એક એક પંક્તિ વાંચતા વિશ્લેષણ કરો.

શું પાઠ્ય સામગ્રી એક પ્રવાહમાં ચાલે છે ? તે તે બહુ લાંબી કે ટૂંકી છે ?

પોતાના દર્શકોને ધ્યાનમાં રાખો – તેઓ નથી જાણતા કે તમે શું કર્યું તમે જે ક્રમમાં એમને જાણકારી આપશો તેઓ એના પર વિશ્વાસ કરશે.

શીર્ષક : શું શીર્ષકથી આખા પેપરનો ઉદ્દેશ્ય દેખાય છે ?

શું તેમાં ઉપશીર્ષક છે ? શું તે પણ સંક્ષિપ્ત અને સાર્થક છે ?

પરિચયાત્મક અનુચ્છેદ / પરિચય : એક સારી શરુઆત કરો. જો શરુઆતમાં જ દર્શકોનું ધ્યાન પોતાની તરફ ન ખેંચી શક્યા તો તમે એમને ખોઈ દેશો.

પરિચયમાં ઉદ્દેશ્યને આમંત્રણ તરીકે પ્રસ્તુત કરવામાં આવવો જોઈએ.

શું તમારું પહેલું વાક્ય રોચક અને નિમંત્રણ આપનારું છે ? શું તમારા પહેલાં અનુચ્છેદથી, લેખકના વિકાસની સંભાવના માલૂમ પડે છે

શું એનાથી વિષય કે પરિયોજનાનો સ્પષ્ટ પરિચય મળે છે ?

સહાયક અનુચ્છેદ - શું દરેક અનુચ્છેદ કોઈ તર્ક રજૂ કરે છે ? શું તમે કોઈ યોજનાનું અનુસરણ કર્યું :

શું પ્રત્યેક અનુચ્છેદ તાર્કિક ક્રમમાં છે ?

શું તમારા ચિંતનના 'પાત્ર' સ્પષ્ટ છે ?

શું અનુચ્છેદો વચ્ચે યોગ્ય મળે છે ?

શું અનુચ્છેદો વચ્ચે ઉચિત સંબંધ છે ?

શું કોઈ બિન જરૂરી અનુચ્છેદને કાઢી શકાય છે કે કોઈ બીજામાં મેળવી શકાય છે ?

શું પ્રત્યેક વાક્ય, એ અનુચ્છેદના વિષય વાક્યનું સહાયક છે ?

શું કોઈ બિજનરૂરી વાક્યને કાઢી શકાય છે કે કોઈ બીજામાં મેળવી શકાય છે?

શું આમાં સહાયક કથા છે, શું એ સંદર્ભમાં એનો અર્થ સ્પષ્ટ છે ?

નિષ્કર્ષ : શું નિષ્કર્ષ સાર રૂપમાં છે અને મહત્ત્વની જાણકારીનું સ્પષ્ટીકરણ કરે છે ?

શું તે વાંચકને કશું વિચારવા માટે મજબૂર કરે છે ?

શું તે પેપરનું સહાયક છે ?

કેન્દ્રબિંદુના ક્ષેત્ર

બની શકે કે, તમને કોઈ મુશ્કેલી હોય અથવા તમે તમારા લેખનને વધારે અસરકારક બનાવવા ઇચ્છતા હો.

અહીં થોડા સૂઝાવ પ્રસ્તુત છે.

વાક્ય તથા કહેવતો : વાક્ય સ્પષ્ટ, તાર્કિક તથા સત્ય હોય.

વાક્યમાં પ્રવાહ હોય, બસ એ સ્થાનો પર વિરામ આપો જ્યાં તમે વાંચકોને રોકવા માંગો છો.

શું આખો અનુચ્છેદ એક લયમાં છે ?

શું સહાયક વિચાર ઉચિત સ્થાન પર છે ? વાક્યોના ભાગ ન કરો.

અંગ્રેજીમાં સંજ્ઞા તથા ક્રિયાની સાથે પૂર્વ સર્ગ લગાવો. પૂર્વ સર્ગ (પ્રેયોજીશન) યોગ્ય સ્થાન પર હોય તથા એક જ વાક્યમાં ઢગલાબંધ ન હોય.

શબ્દ ભંડાર

દરેક લેખની સાથે તમે એક શબ્દ ભંડાર વિકસિત કરો છો. જો આખા લેખમાં ચાલે છે.

પોતાના લેખન સિવાય એના ખાસ શબ્દોની પણ એક યાદી બનાવો.

શું કોઈ શબ્દ એવો છે જેની વ્યાખ્યા આપવામાં આવી નથી ?

શું થોડા શબ્દ ભાવનાત્મક રીતે પરિપૂર્ણ છે ? જો હા તો તણાવ માટે તેનો પ્રયોગ કરી શકીએ છીએ ?

મહત્ત્વના શબ્દોને એવી જગ્યાએ લખો જ્યાંથી વધારે પ્રભાવી લાગે.

વારંવાર સર્વનામોનો પ્રયોગ કરવાને બદલે એક સક્રિય તથા વર્ણનાત્મક શબ્દ ભંડાર વિકસિત કરો.

મહત્ત્વના શબ્દો પર દર્શકોનું ધ્યાન દોરો.

પ્રભાવોત્પદક્તા માટે ભાવુક શબ્દ બચાવી રાખો. કયા શબ્દોને મજબૂત બનાવવા માટે તાકાતવર બનાવવા પડશે ?

કયા શબ્દોને મજબૂત બનાવવા માટે સરળ બનાવવા પડશે ?

શું કોઈ શબ્દનો વારંવાર ઉપયોગ કરો છો ? શું સમાનાર્થી શબ્દોના ઉપયોગથી રોચક્તા વધે છે ?

સામાન્ય વાતચીતના શબ્દ, લેખનમાં ત્યારે પ્રભાવી લાગે છે, જ્યારે તે બીજા માટે પણ અજાણ્યા ન હોય.

નીરસ લેકચર સાંભળવાની ટોપ દસ રીત

10 મિનિટના લેકચરના અંતે મોટાભાગના વિદ્યાર્થીઓ તેનું અડધું જ ગ્રહણ કરી શકશે. પછી 48 કલાક પછી જે કાંઈ યાદ રહ્યું હતું તેનું અડધું ભૂલી જશે.

તમે તેનાથી વધુ સારા થવા ઈચ્છો છો ? તો પ્રભાવી 'શ્રવણ ટેકનીકો'નો ઉપયોગ કરો. અમારા સૂચનો પર અમલ કરો.

1. વિષયને ઉપયોગી બનાવવા પસંદ કરો.

- ખરાબ શ્રોતાઓને તો કોઈપણ લેકચર સારું નથી લાગતું. એમનું ધ્યાન એકદમ ભટકી જાય છે.
- પ્રભાવી શ્રોતા, ઘઉં અને કાંકરા વિણવાનું જાણે છે. તેઓ એજ સાંભળે છે જેનાથી કાંઈ નવી જાણકારી મળી શકે.

2. એમના શબ્દો તથા સંદેશ પર ધ્યાન આપો, પ્રોફેસરના કપડાં, ચિત્ર કે બોલવાની રીત પર ધ્યાન ન આપો.

- ખરાબ શ્રોતા પ્રોફેસરના કપડાં તથા બોલવાની રીતમાંથી ભૂલો શોધી કાઢે છે.
- પ્રભાવી તથા સારા શ્રોતા પ્રોફેસરની વાતોને શીખીને લાભ ઉઠાવે છે.

3. જ્યારે તમે કાંઈક એવું સાંભળો. જેની સાથે તમે સહમત ન હો, તો થોડું સમજી-વિચારીને ધીરેથી પ્રતિક્રિયા આપો.

- ખરાબ શ્રોતા વક્તાને ભૂલીને પોતાને સાંભળવા લાગે છે. તેઓ પ્રોફેસરની વાતને નકારીને મનોમન દલીલોમાં ઉલજાઈ જાય છે.
- સારા શ્રોતા કોઈપણ નિષ્કર્ષ કાઢતા નથી તેઓ કોઈપણ નિષ્કર્ષ પર પહોંચતા પહેલાં બધી જાણકારી લઈ લેવા માંગે છે.

4. લેકચર સાંભળતી વખતે એ 'બિગ આઈડિયા' ને શોધો, જેની સાથે આખુ લેકચર સંબંધિત છે.

- ખરાબ શ્રોતા તથ્યો પર વધારે ધ્યાન આપે છે પણ બાકીની જાણકારીની અવગણના કરે છે.

- સારા શ્રોતા પાયાનો વિચાર શોધે છે. તે ખાસ બિંદુને શોધીને, એની સાથે આખા લેકચરને જોડી દે છે.

5. લેકચરના માળખા પ્રમાણે જ નોટ્સ લો.

- ખરાબ શ્રોતા દરેક વાતનો ઉપહાસ કરવા માંગે છે, જ્યારે તેમને અ.બ.ક. મુદ્દા પણ દેખાતા નથી તો તેઓ અકળાય જાય છે.
- સારા શ્રોતા લેકચરના ઢાંચાના હિસાબે જ પોતાની નોટ્સ તૈયાર કરે છે.

6. પૂરું ધ્યાન આપો.

- ખરાબ શ્રોતાઓનું મન અહીં-તહિં ભટકે છે.
- સારા શ્રોતા પૂરી રીતે કેન્દ્રિત રહે છે.

7. દઢતાથી મુશ્કેલ સામગ્રીનો સામનો કરો

- ખરાબ શ્રોતા મુશ્કેલ વિષય સામે આવતા જ કાંઈ પણ સમજવું બંધ કરી દે છે.
- સારા શ્રોતા પડકારયુક્ત પરિસ્થિતિઓનો સામનો કરે છે. તેઓ દરેક શબ્દનો અર્થ શીખવા પ્રયત્ન કરે છે, વિષય ગમે તેટલો મુશ્કેલ કેમ ન હોય.

8. નકારાત્મક પ્રતિક્રિયાવાળા ભાવનાત્મક શબ્દો ના કારણે, ધ્યાન ભટકવા ન દો.

- ખરાબ શ્રોતા આવા શબ્દો પર ખાસ ધ્યાન આપે છે.
- સારા શ્રોતા આ શબ્દોની પાછળ સંતાયેલ સાચા અર્થ સુધી જાય છે.

9. પ્રોફેસરને અંગત રીતે ઓળખવા

- ખરાબ શ્રોતા પ્રોફેસરને કેવળ એક વક્તા માને છે.
- સારા શ્રોતા પ્રોફેસરના જીવન સાથે જોડાયેલ રોચક સત્યો (અંગત ઈતિહાસ કૌટુંબિક જીવન તથા શોખ) વગેરે

10. બોલવા તથા વિચારવાની ગતિના અંતરને સમજવું તથા ઉપયોગ કરવા - આપણે પ્રતિમિનિટ 400 શબ્દો વિચારીએ છીએ. તે વક્તાની બોલવાની ગતિથી 4 ગણા વધારે છે.

- ખરાબ શ્રોતા લેકચર દરમ્યાન અહીં-તહિંની વાતો વિચારતા રહે છે.
- સારા શ્રોતા બોલવા-વિચારવાના અંતરનો ત્રણ રીતે ઉપયોગ કરે છે.
    1. લેકચરના આગલા ખાસ બિંદુનું અનુમાન લગાવવાનો પ્રયાસ.
    2. શોધે છે કે લેકચરમાં સહાયક પ્રમાણ શું છે ?
    3. સમયાંતરે પોતાના માટે, લેકચર એક સારાંશ કાઢે છે.

• • •

9

સંદર્ભ સ્ત્રોતોનો ઉપયોગ

સ્કૂલમાં સફળતા મેળવવા માટે જરૂરી છે કે, તમને જાણકારી મેળવવાના સ્ત્રોતોની ખબર હોય. અનેક ઉપયોગી સંદર્ભ સ્ત્રોત છે, જે વિભિન્ન વિષયો પર જાણકારી તથા પ્રશ્નોના ઉત્તર મેળવવામાં મદદ કરી શકે છે. આ સંદર્ભોમાં શબ્દકોષ, વિશ્વકોષ, એનસાઈક્લોપેડિયા, એટલાસ અને ડાયરી વગેરેને સામેલ કરી શકીએ છીએ.

શબ્દકોષ :- શબ્દકોષ કે ડીક્ષનેરી એક એવો સંદર્ભ સ્ત્રોત છે, જેને બહુધા બધા વિદ્યાર્થીઓ ઉપયોગમાં લે છે. શબ્દકોષથી કોઈ શબ્દનો સાચો અર્થ, સ્પેલિંગ તથા ઉચ્ચારની જાણ થાય છે. શબ્દકોષ પણ ત્રણ પ્રકારના હોય છે – સંક્ષિપ્ત, પૂર્ણ તથા વિશેષ. સંક્ષિપ્ત સંસ્કરણમાં ભાષાના સામાન્ય બોલચાલવાળા શબ્દો જ લેવામાં આવે છે. પૂર્ણ સંસ્કરણમાં ભાષાના બધા શબ્દો લેવામાં આવે છે. વિશેષ શબ્દકોષમાં કોઈ ખાસ વિષય સાથે જોડાયેલા શબ્દોની માહિતી આપવામાં આવે છે. જેમ કે રસાયણ વિજ્ઞાન, ગણિત તથા મનોવિજ્ઞાન વગેરે.

વિશ્વકોષ :- વિશ્વકોષમાં સામાન્ય બોલચાલના શબ્દોના સમાનાર્થી શબ્દ આપવામાં આવે છે, સમાનાર્થી શબ્દનો અર્થ છે – 'એક સરખા અર્થવાળા શબ્દ' જેમ કે 'ટાઈની' (Tinu) નો સમાનાર્થી છે 'સ્મોલ' (Small).

એનસાઈક્લોપીડિયા :- આમાં વિવિધ વિષયો પર વિશેષજ્ઞો દ્વારા આપવામાં આવેલા લેખ, વર્ણન તથા વ્યાખ્યાઓ સામેલ હોય છે. આમાં નકશા, ડાયગ્રામ, ગ્રાફ, ઉદાહરણ તથા અન્ય સંદર્ભ જાણકારી સામેલ હોઈ શકે છે. આ બે પ્રકારના હોય છે – સામાન્ય તથા વિશેષ વિષય સાથે જોડાયેલ. સામાન્યમાં લગભગ બધા વિષયોની જાણકારી હોય છે, જ્યારે વિશેષમાં ખાસ વિષયને જ સમાવવામાં આવે છે. આ ઓનલાઈન તથા પુસ્તક, બંને રૂપોમાં ઉપલબ્ધ છે. પુસ્તકના બદલે ઓનલાઈન સંસ્કરણ વધારે અધિતન હોય છે.

તિથિપત્ર અથવા ડાયરી :- આમાં કોઈ એક વર્ષમાં વિભિન્ન વિષયોના તથ્યોને આપવામાં આવે છે. આમાં આપવામાં આવેલા વિષયોમાં સરકારી, ઈતિહાસ, દેશો, વાતાવરણ તથા અન્ય વિષય પણ સામેલ હોય શકે છે. તેમાં પ્રતિવર્ષ તાજી જાણકારી આપવામાં આવે છે, જે રીતે કેલેન્ડરમાં હોય છે.

એટલાસ :- એટલાસમાં નકશાનો સંગ્રહ હોય છે. એટલાસ ઘણી જાતના હોય છે પણ સામાન્ય એટલાસમાં આખી દુનિયાની ભૌગોલિક જાણકારી હોય છે.

કોઈ દેશના નકશામાં તેની સરહદો, રાજ્ય તથા નગર દર્શાવવામાં આવે છે. ભૂગોળની જાણકારીમાં મહાસાગર, સાગર, સરોવર, પર્વત ઘાટીઓ, નદીઓ તથા રણ દર્શાવવામાં આવે છે. રોડ મેપ પણ એટલાસનું જ એક રૂપ છે. રોડ મેપની મદદથી કોઈપણ સ્થાનની જાણકારી મેળવી શકાય છે. કેટલાક વિશેષ એટલાસ પણ હોય છે, જેમાં માણસ તથા પશુ શરીર રચના વિજ્ઞાન, સંસારના સરોવર તથા નદીઓ વગેરે દર્શાવવામાં આવે છે.

સંદર્ભ સ્રોતની મદદથી તમે પોતાના વર્ગના વિચાર-વિમર્શ નિબંધ લેખન તથા પરીક્ષાઓમાં સફળ થઈ શકો છો.

• • •

10

શબ્દ ભંડાર વધારો

બધા સફળ, આત્મવિશ્વાસી તથા મેઘાવી વ્યક્તિઓની મનોમન કલ્પના કરો. તેઓ એમાંના છે જે દરેક મહેફિલની જાન હોય છે. એ જે બુદ્ધિમાન, હાજરજવાબી તથા દિલ બહેલાવનાર હોય છે, આવા ચમકતા સિતારા, જે કોઈપણ મહેફિલ રોશન કરવાની હિંમત ધરાવે છે.

આવા લોકો બોલવામાં સંકોચાતા નથી, ન તો શરમાય છે અને ન તો અભિપ્રાય આપવામાં ખચકાય છે.

જ્યારે પણ ક્યાંક કોઈ ખાસ નિર્ણય લેવામાં આવી રહ્યો હોય તો તેઓ એક ખૂણામાં મ્હોં સંતાડી બેસેલા નહીં દેખાય. એમની પાસે મિત્રો અને સરાહના કરનારની કમી ક્યારેય હોતી નથી.

પણ એની પાછળ શું રહસ્ય સંતાયેલું છે ? એમની પાસે એની કઈ અદ્દભૂત શક્તિ છે જેના જોર પર દરેક જીવનારની ઉપર અમિર છાપ મૂકે છે, તેને પોતાના દિવાના બનાવી દે છે ?

સરળ છે ? એમની પાસે 'શબ્દો' ની અજોડ તાકાત છે.

તેઓ હંમેશા જાણે છે કે, એમને શું અને કેવી રીતે બોલવાનું છે. તેઓ શબ્દો તથા હાલાતને પોતાના કાબૂમાં રાખવું જાણે છે.

ત્યારે તો તેઓ આત્મવિશ્વાસથી આટલા ભરપુર હોય છે.

હવે તમારે પણ એમાં સામેલ થવાનું છે, શબ્દોના જાદૂગર બનવાનું છે.

શબ્દ તમારી છબિ બદલી નાખશે અને જીવનના દરેક ક્ષેત્રમાં તમારો સિક્કો જમાવી દેશે.

આપણે દરરોજ કેટલાય અજાણ્યાના મ્હોંમાથી નીકળેલા એક-બે વાક્ય સાંભળીને એની બુદ્ધિ, શિક્ષા તથા સ્તરનો અંદાજ લગાવીએ છીએ. આપણે તેમની ભાષાના કારણે જ તેમને અપનાવીએ છીએ કે નક્કી દઈએ છીએ એ યાદ રાખો કે, લોકો પણ આજ રીતે તમને માપે છે.

તમે જેટલો પણ શબ્દ ભંડાર બનાવવા ઈચ્છો છો, તે બધો શબ્દકોષમાંથી નહીં મળે. તે પાઠ્યપુસ્તકો, નવલકથા તથા બીજું સાહિત્ય વાંચવાથી મળશે. પ્રાય વાંચતી વખતે ઘણા એવા શબ્દ સામે આવે છે, જેને તમે પહેલાં કદી વાંચ્યા નથી

હોતા. તમે પાઠ પ્રમાણે જ એનો અર્થ કાઢવાનો પ્રયત્ન કરો છો. મોટાભાગે સાહિત્યમાં આવા અઘરા શબ્દોના અર્થ આપવામાં આવે છે, જે વાંચકો માટે અજાણ્યા હોઈ શકે છે. જે ફકરામાં શબ્દ હોય છે, ત્યાં એનો કોઈને કોઈ સુરાગ મળી જાય છે.

નિમ્નલિખિત પાંચ પ્રકારના સંકેતોની મદદથી તમે આપેલા શબ્દોનો અર્થ શોધી શકો છો તથા તેને સમજી શકો છો.

વર્ણન સંકેત : પાઠમાં કોઈપણ શબ્દનું વર્ણન હોય છે જેથી વાંચક એનો અર્થ જાણીલે જેમ કે કોઈ અઘરો શબ્દ આવ્યા પછી, આગળની પંક્તિઓમાં તેનું વિસ્તારથી વર્ણન કરવામાં આવે છે.

વ્યાખ્યા સંકેત : પાઠની સામગ્રીમાં વાંચકને કોઈ શબ્દનો અર્થ સમજાવવા માટે તેની વ્યાખ્યા અપાય છે. વ્યાખ્યા વાંચતા જ વાંચકને માટે તેનો પૂરો અર્થ સ્પષ્ટ થઈ જાય છે.

સમાનાર્થી સંકેત : સમાનાર્થી સંકેત આપતી વખતે લેખક, કોઈ શબ્દનો સમાન અર્થવાળો શબ્દ પણ આપે છે. જેનાથી આખી વાત સ્પષ્ટ થઈ જાય છે.

વિપરીતાર્થક સંકેત : ક્યાંક ક્યાંક લેખક પોતાની વાત સમજાવવા માટે વિપરીત અર્થવાળા શબ્દોનો ઉપયોગ પણ કરે છે. જો વાંચક એમાંથી એક પણ શબ્દ સાથે પરિચિત છે તો બીજો શબ્દ પોતાની મેળે સમજાઈ જશે.

દશ્યાત્મક સંકેત : કોઈ પાઠમાં અઘરા શબ્દનો અર્થ સમજાવવા માટે લેખક દશ્યાત્મક સંકેતોને પણ લે છે, જેમાં તસ્વીર, ડ્રોઈંગ, ડાયાગ્રામ તથા ચાર્ટ વગેરેને સામેલ કરી શકો છો.

આનાથી અજાણ્યા શબ્દોના અર્થ પણ સ્પષ્ટ થઈ જાય છે, જ્યારે પણ કોઈ પાઠ સમજી ન શકાય તો કોઈને કોઈ સંકેતની મદદથી એનો અર્થ જાણવાની પ્રયત્ન કરો, બધી મુશ્કેલી ત્યાં જ ખત્મ થઈ જશે.

હંમેશાં ચાલનારી પ્રક્રિયા

શબ્દ ભંડાર એક હંમેશા ચાલનારી પ્રક્રિયા છે. તે આજીવન ચાલતી રહે છે. તમે જે કાંઈ પણ શીખ્યા, એની ગતિ ઘણી ધીમી હતી. જો કે જ્યારે તમે નાના હતા તો રાત-દિવસ કાંઈકને કાંઈક શીખતા હતા. તમારા દિવસની દરેક પળ એવી પરિસ્થિતિ પેદા કરતી હતી કે જેનાથી કાંઈકને કાંઈક શીખી શકાતું હતું. તમે લગાતાર પ્રશ્નો પૂછતા રહેતા હતા અને વધારેમાં વધારે શીખવા ઉત્સુક રહેતા હતા. નિમ્નલિખિત ઉદાહરણ જુઓ ?

4 વર્ષની ઉંમર સુધી તમે સંભવતઃ 5,600 શબ્દ જાણતા હતા.
5 વર્ષની ઉંમર સુધી તમે સંભવતઃ 9,600 શબ્દ જાણતા હતા.
6 વર્ષની ઉંમર સુધી તમે સંભવતઃ 14,700 શબ્દ જાણતા હતા.
7 વર્ષની ઉંમર સુધી તમે સંભવતઃ 21,200 શબ્દ જાણતા હતા.
8 વર્ષની ઉંમર સુધી તમે સંભવતઃ 26,300 શબ્દ જાણતા હતા.
9 વર્ષની ઉંમર સુધી તમે સંભવતઃ 29,300 શબ્દ જાણતા હતા.
10 વર્ષની ઉંમર સુધી તમે સંભવતઃ 34,300 શબ્દ જાણતા હતા.
કૉલેજ દરમ્યાન તમે સંભવતઃ 1,20,000 શબ્દ જાણતા હતા.

આનાથી જાણે થાય છે કે, તમે જેવું શીખો છો. શબ્દ ભંડાર એટલો જ વધતો જાય છે. તમારી ઉંમર જે પણ હોય શીખવાનું ચાલુ રાખો. શબ્દ તમારા વિચારોનું 'પ્રતિક' છે. આ વિચાર જ જ્ઞાન પેદા કરે છે અને શબ્દોના માધ્યમથી જ જ્ઞાન પ્રાપ્ત કરી શકાય છે.

કેટલાક સહાયક સૂચન

- જેટલું શીખશો તેટલા નવ શબ્દોના સંપર્કમાં આવશો. શિક્ષણ સિવાય બીજા વિષયોના પુસ્તકો પણ વાંચો. પોતાની રૂચિના એવા પુસ્તકો વાંચો જેમાં તમે પૂરી રીતે ધ્યાન લગાવી શકો.
- રોજીંદા બોલચાલમાં નવા શીખેલા શબ્દ ઉપયોગ કરો.
- તમારા પાઠ્યપુસ્તકની શબ્દવલીથી પરિચિત થાવ.
- શબ્દકોષ વાંચો અને જુઓ કે કેવી રીતે ઉચ્ચાર માત્રથી પણ શબ્દનો અર્થ બદલાઈ જાય છે.

- પ્રતિદિન 5 નવા શબ્દ શીખવાની કોશીશ કરો, શીખ્યા પછી સંપ્રેક્ષણમાં ઉપયોગ કરો. જો એનો ઉપયોગ ન કરાયો તો ભૂલી જશો અને શીખવામાં લાગેલો સમય પણ બરબાદ થઈ જશે.

શક્તિશાળી શબ્દ ભંડાર તમારા શું કામમાં આવશે ?

- સમયશક્તિ વધશે.
- મિત્રો તથા લોકો પર સારો પ્રભાવ પાડી શકશો.
- પ્રકટીકરણની ક્ષમતા વધશે.
- ચિંતન શક્તિ વધશે.
- તમારાં છબિમાં નિખાર આવશે.
- વ્યવસાય તથા સામાજિક સ્તર પર લાભ થશે.
- વ્યવસાયિઓ, ગ્રાહકો તથા અન્ય વ્યક્તિઓને પ્રભાવિત કરી શકશો.
- અર્જન શક્તિ વધશે.
- સામાજિક સ્તરમાં સુધારો થશે.
- તમે પહેલાં કરતાં વધારે તેજસ્વી બનશો.
- તમે લોકો વચ્ચે લોકપ્રિય વક્તા બનશો.
- છબિમાં આશ્ચર્યજનક બદલાવ આવશે.
- સ્વાભિમાનમાં નિખાર આવશે.
- સમાધાન કરાવવામાં કુશળતા
- આદર-માનની પ્રાપ્તિ

સંક્ષેપમાં આને સફળ જીવનની ગેરંટી માની શકો છો.

તમારી વ્યવસાયિક સફળતામાં અંગ્રેજી ભાષાનો શબ્દ ભંડાર ખૂબ મહત્ત્વ ધરાવે છે. આના બળ પર તમે વર્તમાન પ્રતિયોગી વાતાવરણમાં સંપ્રેષણ યોગ્ય બની શકશો.

• • •

11

પરીક્ષાની તૈયારી તેમજ રિવીઝન

પેપરો વિશે સકારાત્મક માનસિક્તા બનાવો. જો પરીક્ષામાં તમારી તૈયારીના સ્તર કે બૌદ્ધિક યોગ્યતાની તપાસ થઈ રહી છે તો તે તમને તમારી મહેનત દેખાડવાની તક પણ તો આપી રહી છે !

ઉમદા એ હશે કે તમે પરીક્ષાઓ માટે પહેલેથી એક રણનીતિ બનાવીને એ પ્રમાણે ચાલો, જેથી સારા પ્રદર્શનમાં મદદ મળી શકે.

- પોતાનો રિવીઝન પ્લાન તૈયાર કરો.
- નોટ્સ બનાવો જેથી વાંચવામાં મદદ મળે.
- પોતાની નોટ્સ વચ્ચે-વચ્ચે વાંચતા રહો.
- યોગ્ય સમયે ઉત્તર આપવાનો અભ્યાસ કરો.
- ભાષણોમાંથી નિકળેલા પ્રશ્નોના ઉત્તર આપવાનો અભ્યાસ કરો.

તમારે તમારા સત્રના પહેલાં સપ્તાહથી જ આવનારી પરીક્ષાઓ વિશે ગંભીરતાથી વિચારવું શરું કરી દેવું જોઈએ અને આ અધ્યાયમાં આપેલા સૂચનો પ્રમાણે આખું વરસ તૈયારી કરવી જોઈએ.

કેટલાક સામાન્ય નિર્દેશ

જો તમે વર્ગમાં લેક્ચર સાંભળશો તો તૈયારીમાં ઘણી મદદ મળી શકે છે કેમ કે લેકચરમાં હંમેશા ખાસ વિષયોને જ લેવાય છે.

રિવીઝન સામગ્રી સારી હોવી જોઈએ :

- તમારા કે બીજા વિદ્યાર્થીઓના નિબંધ (55% તથા તેનાથી અધિક)
- તમારા પોતાના લખાણમાં સાફ તથા સંક્ષિપ્ત નોટ
- લેક્ચર તથા ટ્યૂશન નોટ્સના ઉત્તર
- અલગ અલગ ક્ષેત્રોમાં સંપર્ક સૂત્ર શોધો.
- રણનીતિ પ્રમાણે વિચારો, જેમ કે ત્રણ પ્રશ્નોવાળી પરીક્ષા માટે ઓછામાં ઓછા પાંચ ક્ષેત્રોને બેવડાવવા પડશે.
- પ્રશ્ન બેવડાવવાને બદલે વિષય બેવડાવો. એક જ પ્રશ્ન વારંવાર ન આવે ?
- જે વિષય બેવડાવો છો, તે તમને સારી રીતે સમજાઈ જવો જોઈએ કેમ કે આપણે આમ જ યાદ રાખી શકીએ છીએ, જે આપણને સમજાઈ ગયા હોય.

- વાંચવાને બદલે લખવા પર ધ્યાન આપો. સર્વેથી જાણ કઈ છે કે જો તમે કોઈ વિષયને યાદ કર્યા પછી લખો છો તો તે વાંચવાની સરખામણીમાં પાંચ ગણો અધિક યાદ રહે છે.
- પોતાની રિવીઝન સામગ્રીમાંથી ઓછામાં ઓછી ત્રણ વાર નોટ્સ લો.
- જ્યારે પણ લખો તો સામગ્રીને થોડો સુધારો. જેમ કે 10ની જગ્યાએ 11 મુદ્દા લખો. મોટા પ્રશ્નને નાના બિંદુઓમાં યાદ રાખવો આસમન હોય છે તમે ઈંડેક્ષ કાર્ડની જગ્યાએ પોતાનું ચેકલિસ્ટ રાખી શકો છો.
- જો ડાયાગ્રામ પણ ઉપયોગ થતા હોય તો એને જાણકારીનો રેકોર્ડ રાખવા માટે ઉપયોગ કરો.
- પોતાના પોઈન્ટ યાદ રાખો જેમ કે જો ગૈસના 6 પોઈન્ટ થાય છે તો તેને 6 ને 'મેમેરી જાંગર' ની જેમ ઉપયોગ કરી શકો છો. કોઈ યાદીને યાદ રાખવાને બદલે એને યાદ રાખવું સરળ થશે.
- વારંવાર પોતાની બનાવેલી યાદી દોહરાવો. પેપર દરમ્યાન લખવાથી જ વાત બને છે. જો તમને કોર્સમાં પણ ઘણું લેખન કરવાનું હોય તો આ આવડતનો અભ્યાસ કરો. તે દરમ્યાન લેક્ચરથી ફીકબેક પણ લેતા રહેશો તો તમારી ભૂલો દૂર થઈ જશે.
- યાદ રાખો કે અભ્યાસ જ સૌથી મોટી ચાવી છે.

પરીક્ષાઓ પહેલાં

- પરીક્ષા પહેલાં પૂરતી ઊંઘ લો. આખી રાત જાગવાથી થાક લાગી શકે છે.
- એક પ્લાસ્ટિકની બેગ લો, એમાં ચાર-પાંચ કાળી તથા વાદળી પેન, પેન્સિલ, રબર તથા વિષય પ્રમાણે રંગી પેન, ફૂટપટ્ટી તથા કંપાસ વગેરે રાખો. ઓછામાં ઓછી ત્રણ પેન તો તમારી પાસે હોવી જ જોઈએ.
- પરીક્ષા ખંડમાં સમય પહેલાં પહોંચો.

પરીક્ષાના સમયે

અધીરા ન બનો. પહેલી પાંચ દશ મિનિટ બહુ મહત્ત્વની હોય છે, બધા સેક્શન શાંતિથી વાંચો. સૂચનાઓ પર પૂરતું ધ્યાન આપો. જૂના પેપરોની તૈયારી કરીને જશો તો પેપર લખવામાં સુગમતા થશે.

- પરીક્ષામાં સફળતા માટે નિયોજન તથા ચિંતન મહત્ત્વના છે. લગભગ 30% સમય વિચારવામાં અને 70% સમય લખવામાં વિતાવો. બે કલાકના પેપરમાં લગભગ 35 મિનિટનો સમય વિચારવામાં અને યોજના બનાવવામાં લગાવો.
- સૂચનાઓ ધ્યાનથી વાંચો નહિંતર માર્કસનું નુકશાન થઈ શકે છે.

- પોતાના સમયને વ્યવસ્થિત કરો. પહેલાં જ નક્કી કરી લો કે કયા સેક્શનને કેટલો સમય આપશો. પછી એ જ સમય મર્યાદાન ાહિસાબે કામ કરો.

આખરે, યાદ રાખો કે પરીક્ષાના પરિણામો તમારી ઉમ્મીદ કરતાં ક્યાંય સારા હોય છે.

ટૉપ 10 ટિપ્સ :-

- જવાબોના પોઈન્ટ લખવા તથા નિબંધોની રૂપરેખા બનાવવાનો અભ્યાસ કરો.
- અપાયેલા સમયના હિસાબે લખવાનો અભ્યાસ કરો.
- તપાસો કે ક્યાંક તમે પ્રશ્નનો ખોટો જવાબ તો નથી લખી રહ્યાને.
- પાછલા પેપરોની તૈયાર કરો.
- રિવાઈજ કરવા માટે ટાઈમટેબલ બનાવો.
- બેવડાવવાના વિષયોની પસંદગી સાવધાનીથી કરો.
- ડાયગ્રામ, લિસ્ટ તથા ઈંડેક્ષ કાર્ડની મદદ લેવાનું ન ભૂલો.
- બીજા વિદ્યાર્થીઓના સંપર્કમાં રહો તથા પોતાની લેખન કળા સુધારો. ગ્રુપ સ્ટડીમાં તમે એ મુદ્દા સમજી શકો છો જે પૂરી રીતે સ્પષ્ટ નથી.
- પોતાના સુલેખન પર ધ્યાન આપો - તે સાફ-સુથરું હોવું જોઈએ.

પેપરોમાં છેલ્લા કલાકની ભાગમભાગ સારી વાત નથી. કશું યાદ રહેવું તો દૂરની વાત જે આવડે છે તે પણ ભૂલી જશો અને તણાવ થશે તે જૂદું !

ઘણા સમય પહેલાં જ પેપરોની તૈયારી કરવી શરું કરી દો ત્યારે તમે મોડી રાત સુધી તૈયારી કરવા તથા ગભરાવાથી બચી જશો.

પેપરોની તૈયારીની ૯ ટિપ્સ લો :-

- તમે યાદ કરવાની રીત અપનાવો.
- જૂના પેપરોની તૈયારી
- તમે એકલા નથી
- વિશ્વાસ
- યોજના બનાવો.
- સક્રિય રીતે દોહરાવો
- ઝડપ વધારો
- ઈનામ આપો
- પોતાની સંભાળ રાખો.

પોતાની લર્નિંગ સ્ટાઈલ (યાદ રાખવાની રીત)

જે વિજ્યુઅલ લર્નર છે (તેઓ જોઈને યાદ કરે છે)

- પોતાની નોટ્સ ફરી લખો.
- રંગથી હાઈલાઈટ કરો.
- મુદ્દા યાદ રાખવા માટે સ્કેચ તથા ચિત્રોનો ઉપયોગ કરો.

જે સામાન્ય લર્નર છે (તેઓ સાંભળીને યાદ કરે છે)

- પોતાની નોટ્સ જોરથી વાંચો.
- નોટ્સ રેકોર્ડ કરીને સાંભળો.
- બીજા વિદ્યાર્થીઓ સાથે દોહરાવો.
- પોતાના મુદ્દા ગીતની ધુન સાથે ગણગણો. આ રીતે તેને યાદ રાખવામાં સુગમતા થશે.

જે લખીને તથા વાંચીને યાદ કરે છે.

- પોતાની નોટ્સ કોપીમાં લખો.
- પોતાની નોટ્સ ચૂપચાપ વાંચો.
- પોતાની યાદદાસ્તના હિસાબે મુખ્ય મુદ્દા નોંધ કરો.

સક્રિયા યાદ કરવાવાળા માટે

- રૂમમાં ફરતાં-ફરતાં યાદ કરો.

- યાદ કરતી વખતે કોઈપણ શારીરિક ગતિવિધ અથવા કુંગકૂ કરો.
- તરતા કે જોગીંગ કરતી વખતે, મનમાં યાદ કરેલું દોહરાવો.

યોગ્ય સમય નિયોજન

ટાઈમ ટેબલ

- તમારી પાસે કેટલો સમય છે ?
- તમારે શું કરવાનું છે ?

  એક સપ્તાહ લઈને ચાલો : પેપરોથી એક સપ્તાહ પહેલાં રિવીઝન ખતમ કરવાનું લક્ષ્ય લઈને ચાલો, એથી :
- બીમાર થતા તૈયારીમાં ઉણપ નહીં રહે.
- અઘરાં વિષય માટે વધારે સમય મળશે.
- પેપરો પહેલાં એક બ્રેક મળી જશે.

પસંદગી :

- તમારે કયા વિષયોને ઠોહરાવવાના છે ?
- એના માટે કેટલો સમય જોઈએ ?

લક્ષ્ય : વાસ્તવિક રહો

- તમે જે પણ લક્ષ્ય બનાવ્યા હોય
- તમારે કેટલો સમયની જરૂર પડશે ?

સંતુલન : જે વિષયોમાં તમારી પકડ મજબૂત છે અને જે વિષય નબળા છે. તેમની વચ્ચે એક સંતુલન બનાવીને ચાલો.

સક્રિય રિવીઝન : નોટ્સને ફરીથી વાંચવાથી જ વાત નહીં બને તમારે એક્ટિવ રિવીઝન કરવું પડશે. કેવી રીતે :-

પેપર : પોતાની પાસે પેન તથા કાગળ રખો.

યાદ કરો : કોઈપણ નોટ્સ ઉઠાવીને, એના મુખ્ય મુદ્દા યાદ કરો.

લખો : નોટ્સ સામેથી હટાવીને, પોતાના મનથી એને લખવાની કોશીશ કરો.

તપાસો : ફરી પોતાની નોટ્સ સાથે મેળવો.

યાદ કરો : જે મુદ્દા લખવાના રહી ગયા હોય તેને લખો તથા યાદ કરો.

પાછલા પ્રશ્ન-પત્ર

- પાછલા પશ્ન-પત્ર જુઓ
- ઉત્તરોની આઉટલાઈન બનાવો.
- ધ્યાનથી જુઓ કે પ્રતિવર્ષ પ્રશ્ન પૂછવાની રીતમાં કેટલું અંતર આવી રહ્યું છે ?

કામને ઝડપ આપો

પોતાના સમયનો યોગ્ય ઉપયોગ કરો. થોડી - થોડી વારે બ્રેક અવશ્ય લો.

તમે એકલા નથી

કોઈ વિષય કે વિચાર ન સમજાઈ તો બીજા પાસે સમજો, એમની સાથે વાતચીત કરો. જો તમે સાંભળીને યાદ કરનારા છો તો આ તમારા માટે વધારે ફાયદાકારક થશે.

પોતાને ઈનામ આપો

પોતાના લક્ષ્ય પૂરા થતા તેને જાણો. રિવીઝન પ્લાન પર તેને માર્ક કરો. જેથી પોતાની ઉપલબ્ધિઓની જાણ થાય.

વિશ્વાસ

પોતાની યાદદાસ્ત પર વિશ્વાસ રાખો.

કોઈ વિષયને વાંચ્યા પછી, આગળની તૈયારી કરો. વારેવાર પોતાની સ્મૃતિની વિશ્વસનીયતા ન તપાસો.

તમે જે કાંઈ પણ યાદ કરી રહ્યા છો, તે યોગ્ય સમયે પોતાની મેળે સામે આવશે.

પરીક્ષાઓ આપવી (8 ટિપ્સ)

1. **ભોજન :** પેપર પહેલાં સિમિત માત્રામાં ભોજન લો. ઘણા લોકો બ્લડ શુગરનું સ્તર જાળવી રાખવા માટે પરીક્ષા ખંડમાં ચોકલેટ કે ટોફી લઈ જાય છે. ત્યાં એના રેપર્સથી અવાજ ન કરો.
2. **વિશ્વાસ :** પોતાના પર વિશ્વાસ રાખો. પેપર પહેલાં એ ચર્ચા ન કરો કે તમે શું યાદ કર્યું શું નથી કર્યું. આ રીતે તમે નબળાઈ શકો છો કે આત્મવિશ્વાસ ડગમગી શકે છે. તૈયારી પૂરી છે તો કેવો ડર ?
3. **વ્યવસ્થિત રહો :** પરીક્ષા ખંડમાં સમયસર પહોંચી જાય. તમારી પાસે તમારો બધો સામાન હોવો જોઈએ.

   પોતાની પાસે વધારાની પેન-પેન્સિલ રાખો. પેપર શરું થતાં પહેલાં પૂછી લો કે ડિક્શનેરી કે કેલ્ક્યૂલેટર વગેરે સામાન રાખવાની પરવાનગી છે કે નહીં ?

4. **આરામ :** તમારે કેટલાક કલાક લગાતાર કામ કરવાનું છે એટલે તમારા શરીરને મોસમના હિસાબે ઠંડકને ગરમાવો આપો.

5. **ગભરાટ :** ગભરાટ થાય તો એકવાર પેશાબ કરી લો કે પાણી પી લો. હિંમત ન હારો. આ કોઈ લડાઈ કે મેદાન નથી.

6. **નિર્દેશ :** નિર્દેશ સારી રીતે વાંચો તથા સમજી લો. બધા પ્રશ્નો વાંચીને નક્કી કરી લો કે તમે શેનો ઉત્તર આપવા ઇચ્છશો. દરેક પ્રશ્ન પર લાગનારા સમયનો અંદાજ મેળવી લો. દરેક ઉત્તર પછી તેના પર એક નજર કરવાનો સમય પણ કાઢો.

7. **પ્રશ્ન :** જો એમણે તમને ચાર પ્રશ્ન કરવાના કહ્યા છે તો તેઓ તમને ચાર ઉત્તરોના જ માર્ક આપશે. કેવળ બે પ્રશ્નો પર પૂરું ધ્યાન આપવાથી શું ફાયદો ! એમાં તો તમને 50% માર્ક્સ જ મળશે. એટલા જ પ્રશ્ન કરો જેટલા પ્રશ્નોના ઉત્તર માંગવામાં આવ્યા છે.

8. **તૈયારી :** જો નિબંધાત્મક પ્રશ્ન કરી રહ્યા છો તો એના બધા મુખ્ય મુદ્દા લખવાનો સમય કાઢો. જો મુદ્દા એક જગ્યાએ લખ્યા હશે તો એનો વિસ્તાર કરવામાં સરળતા થશે. એને તાર્કિક રીતે પ્રસ્તુત કરતા ઉત્તર આપો.

   ઉત્તમ એ થશે કે તમે રિવીઝન દરમ્યાન પણ આ રીતે ઉત્તર લખવાનો અભ્યાસ કરો.

• • •

12

પરીક્ષાનો ડર

ક્યારેક-ક્યારેક બેચેની અને તણાવનો સામનો બધાને કરવો પડે છે. જો આપણે જરૂર કરતાં વધારે બેચેન ન થઈએ તો થોડી એંગ્જાઈટી ફાયદાકારક પણ થઈ શકે છે. એનાથી તમને આગળ વધવા, સતર્ક રહેવા તથા સાંભળી લેવા પ્રેરણા મળે છે. જરૂર કરતાં વધારે તણાવ અને ઉદ્વેગ તમારા પ્રદર્શન પર ખરાબ અસર કરી શકે છે.

જો તમે પણ 'ટેસ્ટ એંગ્જાઈટી' સામે લડી રહ્યા છો, તો નિમ્નલિખિત લક્ષણ પેદા થઈ શકે છે :

- તમને અભ્યાસ છતાં વિશ્વાસ નહીં થાય કે તમે કંઈક કરી શકશો.
- તમે ટેસ્ટ માટે શિક્ષણ સાથે લડવા લાગો છો.
- તમારું ધ્યાન વારંવાર તૂટે છે.
- પેટ, માથામાં દુખાવો, હથેળીમાં પરસેવો વળવો, શ્વાસ લેવામાં તકલીફ થવી તથા માંસપેશીઓમાં જકડન જેવી મુશ્કેલીઓ થઈ શકે છે.
- ટેસ્ટમાં આપેલા નિર્દેશ તથા પ્રશ્ન વાંચતા સમજ પડતી નથી.

- તમે વિચારોને સંગઠીત તથા વ્યવસ્થિત કરી શક્તા નથી.
- તમે ઘણી વિષય સામગ્રી ભૂલી જાવ છો.
- તમને વર્ગમાં મળેલા માર્કસથી પણ ઓછા માર્ક મળે છે.
- તમને ટેસ્ટ પછી એ બધું યાદ આવી જાય છે જે લખતી વખતે યાદ આવતું ન હતું.
- તમે ટેસ્ટ પર કેન્દ્રિત થઈ શક્તા નથી.

તમારે ટેસ્ટના તણાવ તથા ઉદ્વેગથી બચવા માટે, ટેસ્ટની પહેલાં, દરમ્યાન તથા પછી નિમ્નલિખિત ઉપાય અજમાવવા પડશે.

- ટેસ્ટની પૂરી તૈયારી કરો. આત્મવિશ્વાસ વધાશે તથા તણાવ ઘટશે.
- સકારાત્મક રહો. સકારાત્મક વલણ સાંભળીને લખવાથી ફાયદો થશે.
- ઊંડા તથા ધીમા શ્વાસ લો. જેથી મન શાંત થઈ જાય.
- એક રાત પહેલાં ગાઢ નિંદ્રા લો. ટેસ્ટવાળા દિવસે હલ્કો નાસ્તો પણ કરો. જેથી ફોક્સ કરવા માટે પૂરતી ઉર્જા મળી શકે. ટેસ્ટ પહેલાં જંકફૂડ ખાવથી કોઈ ફાયદો નહીં થાય પણ ઊંઘ આવવા લાગશે.
- ટેસ્ટનો પૂરો સમય લો. બીજા બાળકોના પહેલાં ટેસ્ટ પૂરી કરવાની દોડ ન કરો. બની શકે કે, તમે જ સૌથી આખરે ટેસ્ટ આપો પણ માર્કસ પણ સૌથી સારા તમારા જ હશે.
- ટેસ્ટ પૂરી થઈ જાય તો પછી ચિંતા ન કરો. બીજા ટેસ્ટની તૈયારી પર ધ્યાન આપો.
- ટેસ્ટ મુશ્કેલ હોય તો પણ ગભરાવ નહિં. તમે અમારી બતાવેલી રણનીતિ અપનાવી શકો છો. (આજ પુસ્તકમાં)
- અઘરાં પ્રશ્નો સમજાઈ નહીં તો સહેલા પ્રશ્નોના ઉત્તર પહેલાં આપો, જેથી તમારો આત્મવિશ્વાસ પાછો આવે. એનાથી ટેસ્ટ દરમ્યાન ઉત્તેજના અથવા તણાવ નહીં થાય.
- ટેસ્ટમાં સારા માર્કસ ન આવે તો નિરાશ ન થાવ. આ અનુભવને સ્વીકારો આવું બધા સાથે થાય છે. શોધી કાઢો કે, માર્કસ ઓછા કેમ આવ્યા ? તમે જે પ્રશ્નોના સાચા ઉત્તર નથી આપી શક્ય એને સારી રીતે તૈયાર કરો જેથી આવનારા પેપરોમાં પણ એ જ ભૂલ ફરીથી ન થાય.

તણાવ તથા ઉદ્વેગથી બચવા ઇચ્છો છો તો બધું ભૂલીને ટેસ્ટની તૈયારી કરો. આત્મવિશ્વાસ ભરપૂર હશે તો પ્રદર્શનમાં ક્યાંય કશી ઉણપ નહીં આવે.

પરીક્ષા ખંડમાં શું કરશો?

કેટલાક વિદ્યાર્થીઓ પરીક્ષા ખંડમાં જઈને ગભરાય છે. તેઓ નિમ્નલિખિત ઉપાયોને અજમાવે :

- સૌથી પહેલાં તો આખું પેપર વાંચો અને પછી સરળ પ્રશ્નોના ઉત્તર આપે. એનાથી તમને ખાતરી થઈ જશે કે તમે એટલા માર્ક તો મેળવી જ લીધા જેટલું તમે લખ્યું છે.
- પરીક્ષામાં આપેલા માર્કસના હિસાબે જ સમય વ્હેંચો. ક્યાંક એવું ન થાય કે ઓછા માર્કસવાળા પ્રશ્ન પર વધારે સમય લાગી જાય અને વધારે માર્કસવાળા પ્રશ્નનો ઉત્તર લખવામાં સમય જ ન બચે. જો ટેસ્ટ કે પેપર છૂટી જાય તો સૌથી વધારે દુઃખ તમને જ થશે. કેવળ પૂરું સાચું 50% પેપર કરવાના બદલે ફટાફટ 75% ઉત્તર આપવો સારું રહેશે.
- ઘણા વિદ્યાર્થીઓ ટેસ્ટ કે પેપર દરમ્યાન પણ નાના-નાના બ્રેક લેવાનું પસંદ કરે છે. તેઓ પોતાની આંખો બંધ કરે છે. હાથને આરામ આપે છે તથા શ્વાસ લેવાની કસરત કરે છે. જો તમે પણ આ રણનીતિ અપનાવો તો ત્રીસ સેકંડમાં તમારો તણાવ ઘટી શકે છે.
- હંમેશા પરિણામની પરવા કર્યા બાદ પ્રશ્નોના ઉત્તર ઉપર ધ્યાન કેન્દ્રિત કરો.

ટેસ્ટ પહેલાં

- કોઈપણ ઉત્તર લખતા પહેલાં વિષય સામગ્રી મનોમન પસંદ કરી લો. દરેક પ્રશ્નના માર્ક પણ સામે લખો. આ રીતે સમયનું બજેટ બનાવવામાં મદદ મળશે.
- તમે જે કાંઈ પણ યાદ કરો. તેના મુદ્દા બનાવીને સામે રાખીી લો.

પોઈન્ટ મૂલ્ય પ્રમાણે જલ્દીમાં જલ્દી એ નક્કી કરો કે, કઈ ટેસ્ટ ના કયા ભાગને કેટલો સમય આપવાનો છે (કોઈપણ લાંબો પ્રશ્ન જેના માર્ક 5 હોય તેના માટે 30 મિનિટ ખર્ચ કરવાની જરૂર નથી)

ટેસ્ટ આપવી

નિર્દેશ વાંચો

શું એક કરતાં વધારે ઉત્તર સાચા છે ? ક્યારેય પણ એ ન માનો કે, તમે નિર્દેશો વિશે પહેલેથી જ જાણો છો.

નિર્દેશ ધ્યાનથી વાંચો.

સહેલા પ્રશ્નોના ઉત્તર પહેલાં આપો : આનાથી આત્મવિશ્વાસ વધશે અને

કામમાં ઝડપ આવશે.

પછી અઘરાં પ્રશ્નો પર આવો : સહેલા પ્રશ્નોના ઉત્તર આપ્યા પછી અઘરા પ્રશ્નો પર આવો. અત્યાર સુધી તમારા મનમાં તેનો ઢાંચો બની ગયો હશે અને નાના પ્રશ્નોમાંથી એની કેટલીક જાણકારી પણ મળી ગઈ હશે.

બધા પ્રશ્નોના ઉત્તર આપો (જો નેગેટિક માર્કિંગ હોય તો આવું ન કરો)

કશું સ્પષ્ટ ન હોય તો : કશું ન સમજાઈ તો પરીક્ષકને જરૂર પૂછો એમને ઉત્તર ન પૂછો પણ એ પૂછો કે પ્રશ્નનો સાચો અર્ થશું છે.

એમના દષ્ટિકોણથી ઉત્તર આપો : પરીક્ષક જે પણ કહે એ પ્રમાણે જ ઉત્તર આપો.

મુશ્કેલ પ્રશ્નોમાં : મુશ્કેલ પ્રશ્નોના ઉત્તર લખતી વખતે ખાસ બિંદુઓ પર ગોળા નાખો. જેથી તમે કેન્દ્ર બિંદુ પર જોર આપી શકો.

મુશ્કેલ પ્રશ્નોના ઉત્તર : મુશ્કેલ પ્રશ્નોના ચીલા-ચાલુ ઉત્તર આપવાને બદલે પોતાના શબ્દોનો ઉત્તર આપો, પણ ધ્યાન આપો કે, પ્રશ્નનો અર્થ જ બદલાઈ ન જાય.

ટેસ્ટનો સમય : ટેસ્ટના બધા સમયનો સદુપયોગ કરો જો સમય બચે તો બધા ઉત્તરો પર નજર છોડાવો જેથી કોઈ ભૂલ થઈ હોય તો સામે આવી જાય.

• • •

13

ચિંતાનો સામનો

સૌથી પહેલાં તો પરીક્ષા પર એક નજર કરો તથા મનમાં વિચારો કે એ પરીક્ષામાં ટેસ્ટથી મળનારા માર્કની ગ્રેડ પર શું અસર પડશે. એ પણ જાણકારી મેળવો કે તમે એ માર્કની મદદથી કયો ગ્રેડ મેળવવા ઇચ્છશો.

મનોમન વિચારો કે જો પોતાની ઉપલબ્ધિનું આજ ધોરણ રાખ્યું તો પરીક્ષા પછી તમે કઈ સ્થિતિમાં હશો ? ઘણીવાર પરીક્ષાઓ વાર્ષિક પરીક્ષા સાથે સંકળાયેલી નથી હોતી પણ જો એની વાર્ષિક પરિણામ પર અસર પડી શકે છે તો એ જ રીતે એને લો, એટલે પૂરતી સાવધાની સાથે તૈયારી કરો.

ઘણીવાર વિદ્યાર્થીઓને તપાસ પછી એ પણ ખબર પડે છે કે, તેઓ તો પહેલેથી જ અપેક્ષિત ધોરણથી પણ સારી તૈયારી કરી રહ્યા છે, ઘણા તો એક લક્ષ્ય પણ પસંદ કરી લે છે, જેનાથી તેમને એકાગ્ર થઈને અભ્યાસમાં મદદ મળે છે. યાદ રાખો કે, પરીક્ષાઓથી તમારા વ્યક્તિત્વની ઓળખ નથી થતી પણ એ ખબર પડે છે કે, તમે કેવો અને કેટલો અભ્યાસ કર્યો હતો.

પરીક્ષાની ચિંતાનું આયોજન

સામાન્ય રીતે બધાને જ પરીક્ષના નામથી ગભરામણ થાય છે. પેટમાં ગરબડ થાય છે અને મનમાં એ જ સવાલ ચક્કર કાપે છે – "શું હું પરીક્ષામાં પાસ થઈ જઈશ ?" "શું મારી તૈયારી પૂરતી છે ?" - બહુધા બધા વિદ્યાર્થીઓ આવી સ્થિતિનો સામનો કરે છે. આમ તો થોડા ઘણા તણાવથી આપણને ફાયદો જ થાય છે. એનાથી એડ્રેનાલિનનો સ્રાવ થાય છે. જેનાથી આપણે ચુસ્ત અને ચોક્કસ રહીએ છીએ. પણ જરૂર કરતાં વધારે ચિંતા અને તણાવ વિચારોના પ્રવાહને રોકી દે છે અને આપણા વિચારને નકારાત્મક બનાવી દે છે. ગભરાટમાં કારણે જ આપણે પરીક્ષામાં સારુ પ્રદર્શન નથી કરી શક્તા.

આ ગભરાટ અને તણાવની સ્થિતિથી બચવા માટે તમે ઘણા ઉપાય અજમાવી શકો છો.

પરીક્ષા પહેલાં

- તમે શાંત રહેશો તો ડર નહીં લાગે. રિવીઝનનો ક્રમ એવો હોય કે તમે રાતે આરામથી સૂઈ શકો. પોતાને શાંત કરવાનો કોઈ પણ રીત અપજાવી

શકો છો - સ્નાન કરવું, વ્યાયામ કરવો અથવા સંગીત સાંભળવું વગેરે.

- થોડા જ અભ્યાસથી શિથિલતા તથા સકારાત્મક વ્યાયામ શીખી શકાય છે. પરીક્ષા પહેલાં અને તે દિવસે પણ તણાવરહિત રહેવું બહુ મહત્ત્વનું છે. જો તમને લાગે છે કે, તમે તણાવ કેડરના કારણે જ પરીક્ષામાં સારુ પ્રદર્શન નથી કરી શક્તા તો આગળ વધો તથા મદદ લેવામાં સંકોચ ન રાખો.
- પોતાના વિચાર સકારાત્મક બનાવી રાખો. કલ્પના કરો કે તમે પરીક્ષા પછી આરામથી બેઠા છે, એનાથી તમારા નકારાત્મક વિચારને સકારાત્મક બનતા વાર નહીં લાગે.
- મોડી રાત સુધી અથવા પરીક્ષા શરું થતા સુધી અભ્યાસ ન કરો. છેલ્લી મિનિટનું રિવીઝન પાછલું યાદ કરેલું પણ ભૂલાવી દેશે.

પરીક્ષામાં

જ્યારે પણ મનમાં ચિંતા થાય કે એ વિચાર આવે કે, હું પ્રશ્નોના જવાબ નથી આપી શક્તો તો નિમ્નલિખિત સૂચનો પર અમલ કરો. વર્ગમાં જઈને બેસ્યા પછીઃ

- ઊંડા શ્વાસ લો તથા છોડો.
- શ્વાસ અંદર લેતા પીઠને ટટ્ટાર કરો, જેમ કે કોઈએ બંને ખભાને ખેંચવાના શરું કરી દીધા હોય.
- પેપર વાંચવા માટે પંદર મિનિટ મળશે, તેને પૂરો લાભ લો. ગભરામણ થાય તો એજ કસરત ફરી કરો. પોતાને કેન્દ્રિત તથા સકારાત્મક બનાવો. આખું પેપર બે વાર વાંચ્યા પછી એ પ્રશ્ન પર નિશાન કરો. જેને તમે સરળતાથી લખી શક્શો. પછી એજ પ્રશ્નો પર ફરી વિચાર કરો.
- અપાયેલા પ્રશ્નોનો ક્રમ નક્કી કરી લો અને એજ પ્રશ્નથી શરુઆત કરો. જે તમને બહુ સારી રીતે આવડે છે. તમારા સમય પ્રમાણે આખી યોજના બનાવો.
- દરેક જવાબ માટે સમય નક્કી કરો. જવાબમાં મુખ્ય મુદ્દા એક જગ્યાએ લખી લો પણ હજુ એની વ્યાખ્યા પર વિચાર ન કરો.
- જ્યારે ધ્યાન ભટકે અથવા ડર લાગે તો એ જ કસરત ફરીથી કરો. યાદ રાખો કે આ પાંચ મિનિટ તમારા આવનારા કલાકોના તણાવ અને ડર, ઝડથી કાઢી શકે છે.

ચિંતા પ્રબંધન ટેકનીક

- પોતાની ઉપર પૂરતો વિશ્વાસ રાખો કે તમે બધું જાણો છો. ખરાબ પ્રદર્શનના ડરથી જ ચિંતા પેદા થાય છે. જો તમે પરીક્ષા આપતા પહેલાં પોતાની

જાણકારીને તપાસી લેશો તો આ તણાવ પેદા જ નહીં થાય.

- આમ તો થોડી ઘણી ચિંતા સ્વભાવિક પણ છે. એનાથી એકાગ્રતા અને ચુસ્તી વધે છે પણ આ તમારા પ્રદર્શનના ધોરણને પ્રભાવિત કરવા લાગે તો જાણી લો કે મદદ લેવાનો સમય આવી ગયો છે. જો તમને નિરાશા થવા લાગે, જીવ ગભરાય, માથુ દુખે, આંખો આગળ અંધારા આવી જાય અથવા હાથ-પગ કાંપવા લાગે તો કેમ્પસના સલાહ કેન્દ્રની મદદ લો. શરીરનો આગળ આપવા તથા સહજ બનાવવાની રણનીતિઓ અપનાવો તથા પરીક્ષાના થોડા મહિના પહેલાં જ એનો અભ્યાસ શરું કરી દો.
- સૂવા અને ખાવા-પિવાના રુટીનમાં બદલાવથી પણ તણાવ અને ચિંતાના લક્ષણ બગડી શકે છે. તરણ, હરવું-ફરવું કે સ્કેટિંગ જેવી કસરતથી તેના પર કાબૂ મેળવી શકાય છે.
- અભ્યાસના લાંબા કલાકોને નાના-નાના ભાગોમાં વ્હેંચીને, બ્રેક લો. જેથી ઉત્પાદક સમય મેળવી શકાય અને બ્રેક દરમ્યાન આરામની તક મળી શકે. આ રીતે તમે થોડી-થોડી જાણકારી પર પૂરતું ધ્યાન આપવા તૈયારી કરી શક્શો અને નિયમિત પણે પ્રગતિ કરશો.
- જો સમયની ખૂબ અછત હોય તો બધા કામ પર કેન્દ્રિત થવાને બદલે કેવળ એજ ભાગ પર ધ્યાન આપો, જે તમને નથી આવડતા, એના પર પૂરી રીતે કેન્દ્રિત થાવ. આનાથી તમારો વધારે કોર્સ તૈયાર થઈ જશે. જો કે કેટલાક લોકોને આ કામ પણ મુશ્કેલ લાગે છે. પણ મોટાભાગના વિદ્યાર્થીઓને દિલાસો મળે છે કે, એમણે ઘણો બધો કોર્સ તૈયાર કરી લીધો છે.

- ડર પેદા કરનારા વિદ્યાર્થીઓથી સાવધાન ! ઘણીવાર આવા વિદ્યાર્થી ઘણી સરળતાથી તમારો આત્મવિશ્વાસ પણ ચકનાચૂર કરી દે છે. આવા વિદ્યાર્થી પરીક્ષા ખંડમાં બેસ્યા પછી પણ કાંઈકને કાંઈક યાદ કર્યા કરે છે. જો તમે પણ આમાંના એક છો તો પોતાની આદતો બદલો નહીંતર તમારી ચિંતા બેવડી થઈ શકે છે. બીજા બાળકોની ચિંતાનો ભાર પોતાના માથે ન લો, તમે તમારા હિસાબે પરીક્ષા ખંડમાં બેસો અને બધા તરફથી ધ્યાન હટાવી લો.

નકારાત્મક વાતોનો આપણા વ્યવહાર પર ઘણી ખરાબ અસર પડે છે. એનાથી આપણું પ્રદર્શન વધારે ખરાબ થઈ શકે છે. પોતાનો આત્મવિશ્વાસ વધારવા માટે સકારાત્મક વાક્યો બોલો; જેમ કે –

"મેં બહુ સારી તૈયારી કરી છે, મારા સારા માર્ક્સ આવશે."

"હંમેશાંની જેમ આ વખતે પણ મારું પ્રદર્શન સૌથી સારું હશે."

હાથમાં લીધેલા કામ પર કેન્દ્રિત રહો. નકારાત્મક વાતો વિચારવાને બદલે જવાબો પર ધ્યાન આપો. આવનારા સમયમાં તમારી કારકિર્દી અને નોકરી જેવી વાતો પર આ સમયે વિચારવાથી કેવળ નુકશાન જ થશે.

ઉપયોગી ટિપ્સ

થૉટ-સ્ટોપિંગ ટેકનીક :- ચિંતિત થતા જ મનમાં નકારાત્મક વિચાર પેદા થાય છે. આવું થતા જ મનોમન કરો 'થોભો' કે 'સ્ટોપ' ના ચિત્ર વિશે વિચારો. એકવાર તમે આ વિચારોને રોકી લીધા તો તમે બીજી ઉમદા ટેકનીકોના ઉપયોગ પછી લખવું શરું કરી દો છો.

ઝીણા દર્દનો આભાસ :- દર્દનો આભાસ બીજા બધા વિચારો તથા સોચ પર હાવી થઈ શકે છે. પોતાની હથેળીમાં ધીમેથી નખ ભોંકી લો. કેટલા વિદ્યાર્થી હાથમાં પકડેલી બૈડને ઝાટકો આપીને ચિંતાને દૂર ઝાટકાવની પ્રયત્ન કરે છે.

મંત્રનો પ્રયોગ :- તમે મંત્ર જાપ કરી શકો છો. કોઈ મંત્ર ન પણ આવડતો હોય તો ઊંડા શ્વાસ લેતા 'રિલેક્સ' શબ્દ વારંવાર દોહરાવવાથી પણ ફાયદો થશે.

ફોક્સ :- મન ભટકી રહ્યું હોય તો જરા બારીની બહાર નજર દોડાવો, લોકોને જુઓ, કાળા વાળવાળા લોકો ગણો. ઝાડ પર બેસેલી ચકલી જુઓ કે પછી કશું પણ બસ ચિંતા પરથી ધ્યાન હટાવી લો. મનોમન કોઈ એક શબ્દથી બીજો શબ્દ બનાવવા જેવો માનસિક રમત પણ રમી શકાય છે.

આત્મ-સુઝાવ :- પોતાને નકારાત્મકની ગર્તામાં પડતાં બચાવવા માટે લગાતાર કહો -

"ચિંતા મારું કશું બગાડી શક્તી નથી."

"રિલેક્સ ! ભાઈ કામ પર ધ્યાન આપો."

"બધું સારૂ થશે."

"પેપર તો સારૂ જાય છે."

નોંધ :- તમારું ધ્યાન ચિંતાથી હટાવવા માટે કોઈપણ ટેકનીય અપનાવો, આ રીતે તમારો પોતાની ક્ષમતા તથા યોગ્યતામાં ભરોસો વધશે.

સાવધાન :- અલગ-અલગ લોકો માટે અલગ-અલગ ટેકનીકો કામ કરે છે. તમારે પ્રયોગ કરીને પોતાના માટે ઉમદા ટેકનીક પસંદ કરવીપ ડશે. આ કામમાં સમય લાગી શકે છે એટલે પહેલેથી જ અભ્યાસ ચાલુ રાખો.

• • •

14

પરીક્ષાનો તણાવ

જીવનમાં તણાવ બધા રૂપોમાં સામે આવે છે. જેના પરિણામોને અદીઠ કરી શકાતા નથી. તણાવ તથા ઉત્તેજના, દરેક વ્યક્તિના જીવનનો એક ભાગ છે.

સામાન્ય વિકાસની અવસ્થામાં થનારા તણાવ પર દરેક બાળક તથા કિશોર કાબૂ મેળવી લે છે.

ઉદ્વેગને કોઈ ખાસ મુદ્દા કે સમાધાન પર કેન્દ્રિત કરી શકો છો. થોડા ઘણો તણાવ તો ફાયદાકારક પણ છે, એનાથી પ્રેરણા મળે છે. પણ જરૂર કરતાં વધોર તણાવ નુકશાનકારક હોઈ શકે છે.

પરીક્ષા તથા ઈન્ટરવ્યુમાં પણ તણાવ થવો સ્વાભાવિક જ છે. દરેક બાળક આવી સ્થિતિમાંથી પસાર થાય છે અને પોતાની અંદર પેદા થનાર તણાવનો સામનો કરે છે. તે પોતાના માતા-પિતા અને અભિવાદકોથી પણ શીખે છે.

તેઓ સાચો એપ્રોચ તથા તણાવ સાથે લડવાની સાચી રણનીતિ અપનાવીને એનો મુકાબલો કરી શકે છે અને પરીક્ષામાં પ્રદર્શનનું સારું ધોરણ મેળવી શકે છે.

કોઈપણ અનચાહ્યું સ્થિતિમાં શરીરની પ્રતિક્રિયા જ તણાવ છે. કોઈપણ કારણ તણાવનું કારણ બની શકે છે. જો કે રમત જેવી પ્રતિયોગિતામાં તણાવ, સારા પરિણામો માટે જરૂરી પણ છે.

પરીક્ષાઓની તૈયારીમાં સામાન્ય શારીરિક પ્રતિક્રિયા :-

- માંસપેશીઓમાં તણાવ
- અપચો
- અનિંદ્રા
- હૃદયની ગતિ ધીમી પડવી કે વધવી
- વારંવાર મૂત્ર-મળ ત્યાગ
- ઊંડા કે ઉથલી શ્વાસ
- છાતીમાં દુખાવો
- ભૂખ ન લાગવી
- કબજિયાત કે ઝાડા
- પીઠદર્દ

તણાવના મનોવૈજ્ઞાનિક કારણ

- કુંઠા તથા દબાણની ભાવના
- તણાવ તથા બેચેની
- માનસિક રીતે ખાલીપો અનુભવવા
- મૂડી, ઉદાસ, ડરી ગયેલો કે ચીડીયાપણું
- એકાગ્રતામાં ઉણપ

સ્વસ્થ ખાવ

- સંતુલિત ભોજનની પસંદગીને પ્રથમિક્તા આપો.
- નાસ્તાથી એક સક્રિય સવારની ઉર્જા મળે છે.
- નાસ્તો ન કરવાથી એકાગ્રતામાં ઉણપ આવી શકે છે.
- ફાસ્ટ ફૂટમાં સારા પોષણને બદલે ચરબી, મીઠું તથા કેલેરી મળે છે.
- જો એને લીલા સલાડ સાથે સંયમિત માત્રામાં ખાવ તો વધારે નુકશાન થતું નથી.

  ફિંગર ચિપ્સ ખવાને બદલે સફરજન લો.

ભોજનમાં દલિયા કે કોને વગેરે રેશેદાર પદાર્થ સામેલ કરો. પેટમાં થનારી બેચેની ઘટશે અને હળવાશ અનુભવશો.

ગરમ ભોજનને ગરમ તથા ઠંડા ભોજનને ઠંડા રૂપમાં જ ખાવ. માતા-પિતા બાળકોને ખાવાની સારી ટેવો શીખવાડે.

સારી ઊંઘ-ઉમદા પેપર

- પરીક્ષાના તણાવથી ઈનસોમનિયા (અનિંદ્રા) થઈ શકે છે.
- નિંદ્રા ચક્રમાં ગરબડ થઈ શકે છે.
- જો ઊંઘ સારી ન આવે તો તમારા ડોક્ટરને વાત કરો.

વ્યાયામ તથા શારીરિક ગતિવિધિઓ

- સપ્તાહમાં ઓછામાં ઓછું ત્રણ વાહર, દિવસમાં 15 મિનિટ સાયકલ ચલાવો અથવા હલનચલન કરો.
- જમીન પર પગ વાળીને ન બેસો તેથી ઘૂટણોમાં નુકશાન થઈ શકે છે.
- કાઉચ પોટેટો ન બનો.
- જંકફૂડથી બચો અને વજન પર કાબૂ મેળવો.
- સપ્તાહમાં ઓછામાં ઓછું બે વાર તરો અથવા કોઈ રમત રમો.

  માનસિક રચત
- સમસ્યા - સમાધાન કૌશલ્ય વિકસાવો. એને કઈ રીતે કરી શકાય ?
- તણાવગ્રસ્ત પરિસ્થિતિ ઓળખો.

- એને એવી સમસ્યા માનો, જેનું સમાધાન થઈ શકે છે.
- બધા સંભવિત વિકલ્પો પર વિચાર કરો, પણ તેનું મૂલ્યાંકન ન કરો.
- દરેક સમાધાનના સંભવિત પરિણામ પર વિચાર કરો.
  કોઈ સમાધાન શોધી લો તથા તેના હિસાબે કામ કરો.

વિદ્યાર્થીઓ માટે શું કરશો

1. પોતાની એકાગ્રતા ચકારને ઓળખો, બ્રેકમાં અભ્યાસ કરો.
2. પૂર્ણ એકાગ્રતાના સમયે કામ કરો.
3. મુશ્કેલ વિષયો પર ગ્રુપ સ્ટડી કરો.
4. પાછલા પરિણામોથી પરેશાન અથવા નિરાશ થવાને બદલે, પાછલી ખામીઓ સુધાવવાની કોશીશ કરો.
5. બધા વિષયો માટે સમય આયોજનની યોજના બનાવો.
6. એવી જગ્યાએ વાંચો, જ્યાં કોઈ ખલેલ ન કરે. ઓયે સજેશન પણ કારગર નિવડશે.
7. પરીક્ષામાં આપેલા સમયના હિસાબે તૈયારી કરો.
8. સરેરાશ પ્રાપ્તકર્તા છો તો જે આવડે છે તેને સારી રીતે દોહરાવો.
9. ઓછા માર્કસ મેળવનાર છો તો સૌથી પહેલાં જરૂરી જાણકારી દોહરાવો.
10. કામના બોજની પ્રાથમિક્તા નક્કી કરો. મુશ્કેલ વિષયને ત્યારે વાંચો જ્યારે એકાગ્રતામાં કોઈ વિઘ્ન ન હોય.
11. યાદ કરેલું કામ દોહરાવો જેથી પેપરોમાં યાદ આવવાની પરેશાની ન થાય. જો દોહરાવ્યું નહીં તો સરળતાથી ભૂલી જશો.
12. ટાઇમ ટેબલના હિસાબે ચાલો, પોતાની મોજ-મસ્તી માટે પણ થોડો સમય બચાવીને રાખો.
13. પોતાનું રિવીઝન કર્યા પછી સારુ સંગીત સાંભળો, સારુ સ્નાન કરો અથવા કોઈ બીજી રીતે પોતાની ખુશી મેળવો.
14. પરીક્ષા ખંડમાં જતા પહેલાં જ નિશ્ચિત થઈ જાવ કે તમે બધું જાણો છો.
15. પરિણામની પરવા ન કરો. જો તે પુલ આવી પણ જાય તો તેને પાર કરી લો – વિકલ્પોની ઉણપ નથી.

વાંચતી વખતે લખવું ઉમદા થશે

– પાઠની અભ્યાસનું રિવ્યૂ કાર્ડ બનાવો - જેમાં એના ખાસ શબ્દ, ખાસ વિચાર, ઉદાહરણ ખાસ ઘટનાઓ, વ્યક્તિ, કારણ તથા પરિણામ વગેરે આવી જાય.

– ફ્લેશકાર્ડ બનાવીને ઉપયોગ કરો, જેમ કે - શબ્દ ભંડાર તથા વ્યાખ્યા, ગણિતની સમસ્યાઓ તથા સમાધાન, પ્રશ્ન-ઉત્તર વગેરે.

- પોતાની યાદના હિસાબે ચિત્ર, ચાર્ટ કે નકશો બનાવો અને પછી તપાસ માટે કોપીમાં જુઓ.
- ખાસ પ્રશ્નોના ઉત્તર દોહરાવવા માટે નિર્માનિકસનો ઉપયોગ કરો; જેમ કોઈ સમીકરણના હલ માટે (પૈરેન્થીસિસ - એક્સોજેંટ - મલ્ટીસ્લાઈ - ડિવાઈડ એડસબ્ટ્રેક્ટ) માટે (પ્લીઝ એક્સક્યૂઝ મી માય ડીયર ઓટ શૈલી) યાદ કરો.
- ગ્રાફિક ઓર્ગેનાઈઝર : આ શબ્દ નકશા હોય છે. જેનાથી કોઈ વિચારનું દશ્ય ચિંતરાય છે. આ રીતે વિદ્યાર્થીઓએ વિચારોનું વિશ્લેષણાત્મક કૌશલ્ય ઉપયોગ કરતાં આવડી જાય છે. તેઓ વિચારોને જોડતા શીખવે છે. અમૂર્ત જાણકારી પણ દશ્ય ચિત્રોમાં અપાય છે, જેને પાછળથી સરળતાથી મન યાદ કરી શકે છે.

માતા-પિતા માટે શું કરશો

1. વિદ્યાર્થી તણાવને કારણે નિષ્ફળ જઈ શકે છે. માતા-પિતા બાળકોને ટાઈમ-ટેબલ બનાવવાનું તથા તે પ્રમાણે ચાલતા શીખવાડે.
2. બાળકોને તણાવથી બચાવવા માટે સમયાંતરે પ્રેરિત કરો તથા ઘરમાં ખુશનુમા વાતાવરણ બનાવો.

3. બાળકોમાં આત્માનું શાસન, આત્મનિર્દેશન, આત્મવિશ્વાસની ભાવના વિકસિત કરો.
4. સારી સ્કૂલ તથા ટ્યુશન, ભાવનાત્મક આધારની ઉણપને પૂરી કરી શક્તા નથી.
5. જ્યારે બાળક ગ્રેડ ઓછો આવવાને કારણે નિરાશ હોય તો એને પ્રોત્સાહિત કરો તથા તેના પર પોતાની ચીડ ન ઉતારો.

6. લક્ષ્ય, બાળકની ક્ષમતા પ્રમાણે જ નક્કી કરો.
7. શિક્ષણને કૌટુંબિક કલેશથી દૂર જ રાખો.
8. બાળક કાંઈક સારુ કરે તેના વખાણ કરો, "તે કાંઈ ખાસ કર્યું નથી" કહેવાને બદલે સકારાત્મક રીતે કહો, "બહુ સરસ !" "તું આનાથી પણ સારું કરી શકે છે."
9. અભ્યાસમાં આવતી મુશ્કેલીઓને સાથે બેસીને દૂર કરો.
10. પાછલી નિષ્ફળતાઓને માટે ટોણા ન મારો.
11. જો એમના પર જરૂર કરતા વધારે બોજ નાખવામાં આવે તો તેઓ મહેનત કરવાને બદલે આળસું કહેવાનું વધારે પસંદ કરે છે. એટલે એમની ક્ષમતાનું હંમેશાં ધ્યાન રાખો.
12. મજાક-મસ્તીનું વાતાવરણ બનાવી રાખો. એનાથી તણાવ દૂર થાય છે.
13. બાળકનો વિશ્વાસ જીતો તથા તેની સાથે મળીને સમસ્યાનો ઉકેલ શોધો.
14. પરીક્ષાઓ દુનિયાની સૌથી છેલ્લી જગ્યા નથી.

ખાસ સંદેશ :- પરીક્ષાના તણાવથી નિપટવામાં 5 'A' ઘણા કામ આવી રહ્યા છે. તે છે Acknowledging (સ્વીકાર કરવો), Appreciating (પ્રશંસા કરવી), Allevating (ઘટાડવું), Allering (બદલવું), Avoiding (નજરઅંદાજ કરવું).

1. સ્વીકાર કરવો : તણાવ તથા ચિંતાને સ્વીકારો કેમ કે દરેક એનો સામનો કરે છે. તણાવ માનસિક અથવા શારીરિક રીતે પ્રકટ થાય છે, જેને સ્વીકાર્યા પછી જ તેનાથી બચી શકાય છે.

2. પ્રશંસા કરવી : તણાવને કારણને સરાહો. એના માટે પોતાને દોષિત ના ઠેરવો. સાચી સમસ્યા સુધી પહોંચીને તેનો હલ શોધો.

3. ઘટાડવું : તમારે તણાવ સામે નિપટવાની ટેકનીકો અપનાવીને આ દબાણને ઘટાડવો પડશે. મનોમન કલ્પના કરો કે તમે તણાવથી મુક્તિ પામી ચૂક્યા છો. તમે સૂતા પહેલાં માંસપેશિયોનો તણાવ પણ ઘટાડી શકો છો.

4. બદલાવ : તમારે તમારી જીવન શૈલીમાં બદલાણ લાવવું પડશે. તણાવ ઘટાડવાના મૂળ રીતો શીખવી પડશે તથા તેનો અભ્યાસ કરવો પડશે. જો તણાવ લાંબા સમય સુધી રહે અને તમે બદલાણ ન લાવી શકો તો આ હાનિકારક થઈ શકે છે.

5. નજર અંદાજ કરવો : આ પગલું મુશ્કેલ પણ ઘણું ફાયદાકારક છે. તમારે તણાવને નજરઅંદાજ કરવો પડશે. ધૂમ્રપાનથી બચો - સારું તથા નિયમિત સમયસર ભોજન કરો તથા પૂરતી ઊંઘ લો.

પરીક્ષા દરમ્યાન તમારો આહાર

કિશોરાવસ્થામાં તમારો આહાર બહુ મહત્ત્વ ધરાવે છે. અનિયમિત આહારથી શરીરનો વિકાસ થતો નથી અને ઘણી જાતની ઉણપો ઊભી થાય છે.

બપોરનું ભોજન અવશ્ય લો : જો લંચ નહી લો તો બ્લડ શુગરનું સ્તર નીચે જતું રહેશે અને તમે બપોર પછી સારી રીતે કામ નહીં કરી શકો. ઘેર પહોંચવા સુધી એટલો થાક લાગશે કે વાંચવાની હિંમત જ નહી થાય.

ભારે તથા ગરિષ્ઠ ભોજનથી બચો : રાત્રે ભારે ભોજન કરશો તો અભ્યાસ કરવો મુશ્કેલ થશે અને ઊંઘ આવી જશે.

• • •

15

એકાગ્રતા શક્તિમાં સુધારો

એકાગ્રતાનો અભ્યાસ સાથે ગાઢ સંબંધ છે. જો તમે ધ્યાન લગાવો છો તો બેકારની વાતોથી હટાવીને અભ્યાસ પર ફોક્સ કરી શકો છો. એકાગ્રતા માટે જરૂરી છે કે, તમારી પાસે અભ્યાસ માટે અલગ જગ્યા હોય. અભ્યાસનું રૂટીન બનાવો – શોધી કાઢો કે તમે દિવસમાં ક્યારે સારો અભ્યાસ કરી શકશો, જ્યારે પણ અભ્યાસ કરવા બેસો તો વિષયને જ ફોક્સ કરો. નોટ્સ પર નજર કરો અને નક્કી કરો કે તમારે કશું કામ પૂરું કરવાનું છે.

એ જાણવું પણ ફાયદાકારક હોય શકે છે કે, તમે પોતાને એકાગ્ર કર્યા પછી ઈનામ પણ આપશો. અભ્યાસ પછી પોતાના માટે કોઈ પાર્ટીની યોજના બનાવી લો. કલાકો સુધી કોઈ એક વિષયને ન વાંચો. વિષય સામગ્રીમાં બદલાવ લાવતા રહો. થોડું-થોડું વાંચવાથી એ જાણકારીને સમજવામાં પણ સરળતા થશે. તમારે અભ્યાસ દરમ્યાન બ્રેક લેવો જોઈએ. તેથી આસચાસ ચક્કર લગાવો. ઘણા લોકો અભ્યાસની જ ચિંતા કરતા રહી જાય છે. ઉમદા થશે કે તમે દિવસમાં અડધો કલાક તમે ચિંતા કરવા માટે નક્કી કરી લો. એ સમયે પોતાની સમસ્યાઓ વિશે વિચારો એવું કરવાથી રોજીંદી ચિંતા ઘટશે.

મેમોરાઈઝ કરવું પણ એવી એક ટેકનીક છે, જેની મદદથી વાંચવું સરળ થઈ જાય છે. તમે કોઈપણ રણનીતિ અપનાવી શકો છો. એમાંથી એક છે. 'એક્રોનાઈમ' (acronym) એમાં એવા શબ્દોનો મેળ લેવામાં આવે છે. જે એ શબ્દને યાદ રાખવામાં મદદ કરી શકે. એક્રોસ્ટિક (acrostic) માં કોઈ વાક્ય કે ધૂન હોય છે, જેનો પહેલોં વર્ણ જ યાદ કરાવવાનું સૂત્ર હોય છે. ઘણા લોકો યાદ કરવા માટે યાદીઓની મદદ લે છે તમે યાદીના બધા રાખો ને ચેનમાં પરોવતા જતા વાર્તા પણ રચી શકો છો.

એક બીજી રીત એ પણ છે કે, જે કંઈપણ યાદ કર્યું હોય એને કોઈ લોકેશન પર ફિટ કરો તથા તેના પર ચાલો. સૂત્ર વાક્ય પણ એક સારી રીત છે. તમે સૂત્ર વાક્યની સાથે કોઈ ઈમેજને પણ જોડી શકો છો.

ઘણીવાર વિદ્યાર્થી એકાગ્રતામાં ઉણપની ફરીયાદ કરે છે. તેઓ બહુધા બાહ્ય તત્ત્વોને એના દોષી ઠેરવે છે.

ઘણા અધ્યયનોથી જાણ થઈ છે કે, બાહ્ય શિડ્યૂલ તથા તત્ત્વથી એકાગ્રતા વધારી શકાય છે, ઘટાડી શકાય છે કે પછી તેના પર કોઈ અસર નથી. મૂક્તા તેથી શોધકર્તાઓનું માનવું છે કે, તેઓ બાધક તત્ત્વ નથી. વિદ્યાર્થી જ તેને પોતાના અભ્યાસમાં બાધા માની લે છે.

અભ્યાસનું યોગ્ય વાતાવરણ

- અભ્યાસનું ચોક્કસ સ્થાન પસંદ કરો. ત્યાં જ અભ્યાસ કરો.
- ત્યાં અભ્યાસનો બધો સામાન હોવો જોઈએ.
- ઘોંઘાટ તથા દશ્યાત્મક ચિત્રોથી પોતાને થોડા દૂર રાખો.
- કામના સમયે આરામ કરવાને બદલે, કામનું જ વાતાવરણ બનાવો.

ક્યારે વાંચશો

- દિવસે અને સાંજે વાંચો, વધારે સારુ યાદ કરી શકશો.
- જ્યારે પ્રતિયોગી ગતિવિધિઓ ઓછામાં ઓછી હોય.
- જ્યારે સારી રીતે આરામ કરી લીધો હોય.
- થાક લાગતા અથવા ધ્યાન જ અભ્યાસ મૂકી દો.

અભ્યાસ કેવી રીતે કરશો તથા એકાગ્ર થશો ?

- જ્યારે બાધક તત્ત્વ સામે આવે તો તેની અવગણના કરો.
- મનમાં વારંવાર આવનારા વિચારોને કાગળ પર લખી લો જેથી કામ કરવા માટે મન શાંત થઈ જાય.
- વાંચતા બેસતી વખતે લક્ષ્ય બનાવીને વાંચવું શરું કરો.
- લક્ષ્ય પૂરું થતા પોતાને પુરસ્કૃત પણ કરો.
- ઘણા પ્રકારના વિષય વારંવાર વાંચો તથા બ્રેક લો. જેથી અભ્યાસથી મન કંટાળે નહીં.
- આરામના સમયે કાંઈક અલગ પ્રકારનું કામ કરો.
- કામ તથા આરામને પરસ્પર ન ભેળવો.
- પહેલાં થોડા સમય માટે વાંચવા બેસો પછી ધીરે-ધીરે અભ્યાસના કલાકો વધારો.
- જરૂર લાગે તો આવનારી ઘટનાઓનું કેલેન્ડર પાસે રાખો જેથી મન શાંત રહી શકે.
- યાદ રાખો કે અભ્યાસ કરવાથી કોઈ નુકશાન નહીં થાય. તમારા મિત્ર, માન સન્માન તથા સારો સમય હંમેશાં સાથે રહેશે.

- વારંવાર ઘડીયાળ તરફ ન જુઓ. અભ્યાસનું લક્ષ્ય સમય પ્રમાણે નહીં વિષય સામગ્રીના હિસાબે નક્કી કરો.

સુધારાના ઉપાય

સૌથી પહેલાં તમે એ જાણવાની કોશીશ કરો કે ક્યા વિષયોમાં તમારી એકાગ્રતા ભંગ થાય છે અથવા તમે મન લગાડી શક્તા નથી. એ જાણકારી મેળવો કે ક્યા કારણોને લીધે તમે એ વિષયોમાં ધ્યાન નથી લગાડી શક્તા, સમય આપી શક્તા નથી કે બેસવાનું યોગ્ય સ્થાન શોધી શક્તા નથી. એ શોધી કાઢવું પણ સારૂ રહેશે કે તમે અભ્યાસને પહેલાં દર્જા પર કેમ રાખવા ઇચ્છો છો ? તમારા આ પ્રયત્નોનું શું ફળ મળશે ?

- કેટલાક લોકો કામ કરતી વખતે અથવા વાંચતી વખતે પોતાની પાસે નોટ પેડ રાખે છે જેથી મનમાં આવનારી વાતો તેમાં લખી લે. આ રીતે એમને ભૂલવાનો ડર પણ નથી રહેતો અને કામમાં મન લાગી રહે છે. એ કામોને કાગળ પર લખ્યા પછી ભૂલી જવું જોઈએ અને હાથ પરના કામ પર ધ્યાન આપવું જોઈએ.
- ઘણીવાર એમના માટે એક સમય નક્કી કરી લો. આ રીતે તમે તમારા મહત્ત્વના કામો પર કેન્દ્રિત થઈ શકશો અને થોડા સમય માટે એ કામની ચિંતા રહેતી નથી.

- તમારા શિક્ષણ સત્ર માટે કોઈને કોઈ લક્ષ્ય પસંદ કરીને રાખો. આ રીતે તમે હાથમાં આવનારા કામોને એક-એક કરીને નિપટાવી શકશો અને કામની ફીડબેક પણ સાથે-સાથે મળતી રહેશે.
- કામનું અલ્પકાલિન કે દીર્ઘકાલીન પરિણામ શું હશે. એવી વાતો વિચારવાને બદલે કામ પર પૂરી રીતે કેન્દ્રિત રહો. જે કામ સૌથી ખાસ હોય, બધા વિઘ્નો ભૂલીને એના પર જ ધ્યાન આપો. કેમ કે એ સમયે તે જ તમારા માટે સૌથી મહત્ત્વનું છે.
- "હું કોઈપણ સ્થિતિમાં ઉમદા પ્રદર્શન કરવાની પૂરી પ્રયત્ન કરીશ," એજ આશાવાદી વલણ બનાવી રાખો.
- તમારા કામમાં અડચણ કરનારા તત્ત્વને ઓળખો અને તેને દૂર કરવાનો પ્રયત્ન કરો. ઘણીવાર સમસ્યાને જડમાંથી દૂર કરવામાં એટલો સમય નથી લાગતો જેટલો કે એની ચિંતા કરવામાં લાગે છે.
- ટી.વી., ફ્રિજ વગેરે દરેક જાતના અડચણોથી દૂર વાંચવા માટે સ્થાન નક્કી કરો.
- અભ્યાસની જગ્યા અસ્ત-વ્યસ્ત ન થવા દો. સાફ-સુથરી જગ્યાએ જ અભ્યાસ કરો. ઘણીવાર એનાથી એકાગ્ર થવામાં મદદ મળે છે. સારી એકાગ્રતા મેળવવા ઇચ્છો છો તો બિછાના પર બેસીને ન વાંચો. ટેબલ-ખુરશી પર સારા પોસ્ચરમાં બેસીને વાંચવું ઠીક રહેશે.
- નક્કી કરેલા સમય માટે વાંચવા બેસો જેથી ઉઠતી વખતે કાંઈક તો નિશ્ચિંતતા રહે, જ્યારે કામનો કોઈ અંત દેખાતો નથી તો બેચેની વધી જાય છે.
- બધો સામાન પાસે રાખો. તમારે નાની-નાની વસ્તુઓ માટે ઉઠીને જવું ન પડે.
- જ્યારે પણ વાંચવા બેસો તો મેજનો બધો સામાન ઢંગથી સજાવી દો. ત્યાં કોઈ પણ ફાલતું સામાન પડ્યો હોય તો તેને હટાવી દો. આ એક રીતે 'વૉર્મિંગ-અપ' અભ્યાસ થઈ જશે. શરુઆતમાં કાંઈક એવું કરો. જેનાથી તમે સારી રીતે પરીચિત હો. પાછલા સકારાત્મક પરિણામો પર નજર કરવાથી પણ કામ કરવાનો સારો મૂડ બની જાય છે.
- સત્રની શરુઆતમાં જ નબળી બાજુ પર ધ્યાન આપો. સામાન્ય રીતે જેમની સમજમાં ઘણું અંતર હોય છે. તે તેજ પરીક્ષાના નામથી ભય લાગે છે. જો તમે આરામથી આવા અંતરને પૂરવાની કોશીશ કરશો. મુશ્કેલ વિષયોને સમજવાનો પ્રયત્ન કરશો તો એ પાઠ્ય સામગ્રી વિશે તમારો

આત્મવિશ્વાસ પહેલાં કરતા અનેકગણો થઈ જશે.

- વર્ગના બીજા વિદ્યાર્થીઓ સાથે કોર્સ વિશે ચર્ચા કરો. વિચાર-વિમર્શથી ઘણા એવા પહેલુ સામે આવશે. જે પરીક્ષામાં તમારે કામ આવી શકે છે. આ રીતે મર્મન કોર્સ સાથે જોડાયેલા બીજા દષ્ટિકોણ જાણવામાં પણ સહાયતા મળશે. ગ્રુપ સ્ટડી પણ સક્રિય રીતે અભ્યાસની સારી રીત છે.

જો નોટ્સની ખરાબ હાલતને કારણે ચિંતિત હોતો. તેમે કોઈ મિત્રની મદદથી એને સુધારી શકો છો. હંમેશા પોતાના કોર્સની નોટ સારી રીતે રાખો. એના પર લેકચરની તારીખ લખી હોય અને કશું પણ અધૂરું ન હોય. પાઠ્ય પુસ્તકથી બનેલી નોટ્સમાં પણ પાઠ્ય સામગ્રી વ્યયવસ્થિત રીતે આવવી જોઈએ. કરિનલ પદ્ધતિથી નોટ બનાવો, જેમાં પ્રશ્ન-સૂત્ર શબ્દો તથા કોમેન્ટ્સ માટે એક ખૂણામાં જગ્યા છોડાય છે. એનાથી બધી માહિતી સહેલાઈથી મળી જાય છે. પોતાની નોટ્સ સત્રના અંત સુધી અધૂરી ન રાખો. એને સમયાંતરે જોતા રહો જેથી કોઈપણ ઉણપ, સમય પહેલાં પૂરી કરી શકાય. એના માટે તમે પ્રોફેસર, અધ્યાપક કે સહપાઠીની મદદ લઈ શકો છો.

- સામાન્ય રીતે પરીક્ષાનો ડર તથા ગભરાટ નકારાત્મક વિચારથી પેદા થાય છે. કામ કરતી વખતે પોતાને સકારાત્મક સૂચનો આપો. પોતાને પોતાના સકારાત્મક અનુભવો અને તેના પરિણામોની યાદ અપાવે છે. પોતાને કહો કે, તમે કરી શકો છો. તમે કોર્સના વિષયમાં જે કાંઈ પણ જાણો છો. એનાથી પોતાને આશ્વસી કરો. જે નથી જાણવા તેના વિશે વિચારવાથી તો કેવળ ચિંતા જ વધશે.

• • •

16

બ્રેન પાવર કેવી રીતે વધારશો ?

જો તમે તમારા મનની શક્તિ વધારવા ઇચ્છો છો તો નિમ્નલિખિત ટિપ્સ અજમાવો :-

ઊંડા શ્વાસ :- ઊંડા શ્વાસ લેશો તો ફેફસા સુધી વધારે ઓક્સિજન જશે, લોહી દ્વારા વધારે ઓક્સિજન જવાથી તે મગજ સુધી પહોંચશે. નાકથી શ્વાસલેવાથી તમને ખબર પડશે કે શ્વાસ કેટલે ઊંડે સુધી ફેફસામાં પહોંચી રહી છે. કેટલાક ઊંડા શ્વાસ લેવાથી તમે રિલેક્સ અનુભવ કરશો, સ્પષ્ટ વિચાર માટે આ બહુ મહત્ત્વ ધરાવે છે.

ધ્યાન લગાવો : મેડીટેશન માટે તમારી આંખો બંધ કરો તથા ઊંડા શ્વાસ લેતા તેના પર ધ્યાન લગાવો. માંસપેશિયોને તાણ્યા પછી ઢીલી છોડી દો, જ્યારે પણ મન ભટકે તો તેને ફરી શ્વાસ પર કેન્દ્રિત કરી દો. આ રીતે પાંચ-દશ મિનિટ કરવાથી જ તમને આરામ મળશે, મન શાંત થશે અને તમે માનસિક કાર્ય માટે તૈયાર થઈ જશો.

સીધા બેસો : પોસ્ચરથી તમારા વિચારવાની પ્રક્રિયામાં ફેર પડે છે. મેંટલ મૈથ કરતા સમયે શરીરને ઢીલી રીતે છોડી દો તથા મ્હોં ખુલ્લું રહેવા દો. તે પછી થોડું સીધા ટટ્ટાર બેસી જાવ અને કામમાં પૂરું ધ્યાન આપો. તમને સ્પષ્ટ થઈ જશે કે પછીના પોસ્ચરમાં કામ કરવું સરળ હતું.

સારા વિચારની ટેવ : કોઈ સમસ્યાને સૂલઝાવવાની ટેકનીકનો ઘણા અઠવાડિયા સુધી અભ્યાસ કરો અને તે તમારી આદત બની જશે. તમે થોડી મહેનતથી સારા વિચારની ઘણી આદતો અપનાવી શકો છો. આદતની શક્તિનો ઉપયોગ કરતા શીખો.

ખાલી સમયનો સદુપયોગ : જો સમય બગડતો હોય તેને યોગ્ય રીતે ઉપયોગ કરો. ડ્રાઈવ કરતી વખતે, ક્યાંય રાહ જોતી વખતે, ટહેલતી વખતે તમે ટેપ પર પુસ્તકો અથવા બીજી ઓડિયો સાંભળી શકો છો. તમે તમારી કારમાં, એક વરસમાં લગભગ 200 કલાક વિતાવી દો છો. આટલા સમયમાં તમે શું શું શીખી શકો છો.

કોઈ ભાષા શીખો : કોઈ નવી ભાષા શીખવી પણ ઘણું અસરકારક હોઈ શકે છે. જેનાથી તમારું મન નવા વિચાર શીખે છે અને નવા દૃષ્ટિકોણ પણ અપનાવે છે. આ એક સારી માનસિક કસરત છે.

શ્રેષ્ઠ કસરત : એકાગ્રતા અને સ્પષ્ટ વિચાર ઘણા અસરકારક નિવડે છે. પોતાના વ્યસ્ત મનને શાંત કરવાનું શીખો. જે મુદ્દા ગુંચવો તેને ઉકેલવાનો પ્રયત્ન કરો. ફોન કરી લો, કામોની યાદી બનાવી લો. આ રીતે તમારા વિચાર પહેલાં કરતાં શાંત અને મજબૂત થઈ જશે.

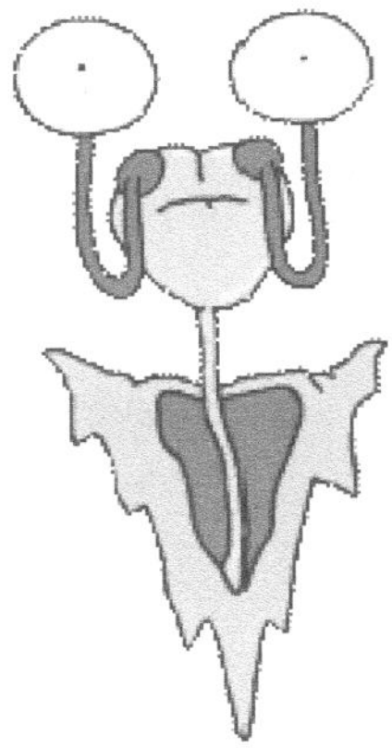

કંઈક શીખો : લખવાનું તમારા મન માટે બધું સારુ બની શકે છે. આ રીતે તમારી સ્મરણ શક્તિને ખબર પડે છે કે, કઈ વાત વધારે ખાસ છે. આ રીતે ભવિષ્યમાં વાતો યાદ રાખવી સુગમ થઈ પડશે. એનાથી તમારા વિચાર નિખરે છે. એનાથી તમારી રચનાત્મક અને વિશ્લેષણ ક્ષમતા વધે છે. ડાયરી, આઈડિયા જર્નલ, કવિતા લેખન તથા વાર્તાલેખન જેવી રીતોથી મનની શક્તિ વધારી શકાય છે.

પોતાની સહજ બુદ્ધિ વિકસિત કરો : આ મનની શક્તિનો અદ્દભૂત હોય છે. આઈન્સ્ટીન જેવા ઘણા લોકો તેના પર ભરોસો રાખતા હતા.

પૂરતી ઊંઘ લો : તમારી નિંદ્રામાં માત્રાની સાથે ગુણવત્તા પર પણ ધ્યાન આપવું જોઈએ. બપોરનું ઝોકું પણ મન તાજું કરે છે.

ખાંડની માત્રા ઘટાડો : કોઈપણ સામાન્ય કાર્બોહાઈડ્રેટ તમારા મનને સુસ્ત બનાવી દે છે, જેનાથી સારી રીતે વિચારવામાં મુશ્કેલી થાય છે. કોઈપણ અહમ માનસિક કામ કરતા પહેલાં ખાંડ, પાસ્તા, સફેદ બ્રેડ તથા બટાકાની ચિપ્સનું સેવન ન કરો.

સ્પીડ રીડિંગ : જ્યારે તમે ઝડપથી વાંચો છો તો શીખવાની ક્ષમતા વધે છે. તમે ઓછા સમયમાં ઘણું શીખી શકો છો અને માનસિક કસરત પણ થઈ જાય છે.

વ્યાયામ : લાંબા સમય સુધી કસરત કરવા પણ ફાયદાકારક બની શકે છે. શરીરને સકારાત્મક લાભ આપનારી વસ્તુથી મનને પણ ફાયદો થશે. અભ્યાસથી માલૂમ પડ્યું છે કે, એરોબિક વ્યાયામના દશ મિનિટ પછી જ વ્યવહારગત લક્ષણોમાં સુધારો થાય છે. જો મનને રીચાર્જ કરવું હોય તો સીડીઓ ચડવી ઉતરવાની કસરત પણ ખરાબ નથી.

કાલ્પનિક ચિત્ર : પોતાના મનમાં વસેલા પાત્રોથી વાતચીત કરીને તથા સલાહ લઈને, અચેતન મન સુધી બધી માહિતી પહોંચાડી શકાય છે. કોઈ એવી વ્યક્તિ સાથે વાતચીતની કલ્પના કરો જે તમારા ક્ષેત્રમાં ઘણું અનુભવ ધરાવતી હોય.

સર્જનશીલતા વિકસિત કરો : સર્જનશીલતા ચિંતન શક્તિ પ્રદાન કરે છે, ગુણાકાર ભાગાકાર તો કૉમ્પ્યૂટર પણ કરી લે છે પણ દુનિયા બદલનારા રચનાત્મક વિચારનો માણસ પાસે જ હોય છે.

પૂરતી યોગ્યતાથી શીખો : જ્યારે કાંઈક શીખવાનું નક્કી કરી લો. તો શરુંથી જ નોટ્સ બનાવો. દરેક સેશન પછી મનમાં થોડી ઉત્સુક્તા બની રહેવા દો. નાના બ્રેકમાં જેથી તમારા અભ્યાસના ઘણા આરંભ અને અંત હોય શકે. દરેક સેશનના આરંભ કે અંતમાં વાંચેલું મનમાં તાજુ રહે છે.

ટેકનીકો ઉપયોગ કરો : અસ્તવ્યસ્ત વાતાવરણથી મનમાં પણ અસ્તવ્યવસ્તતા રહે છે. માનસિક કામ માટે જગ્યા વ્યવસ્થિત કરો. આવું કામ કરતાં પહેલાં થોડા ટટ્ટાર બેસા તથા ઊંડા શ્વાસ લો. માનસિક કામના સમયે ઘોંઘાટથી દૂર રહો.

બ્રેન વેવ એન્ટરટેઈનમેન્ટ : એવા ઘણા ઉત્પાદક મળે છે જે મનને શાંત તથા તાજું કરી દે છે. કેટલાકથી મન શાંત થાય છે તો કેટલાકથી મનના તરંગો, વિશ્લેષણાત્મક ચિંતન માટે તૈયાર થઈ જાય છે.

વાતચીત કરો : વાતચીતથી પણ ફાયદો થાય છે. પોતાના મિત્રને થોડા વિસ્તારથી સમજાવો. એનાથી તમારા વિચારમાં પણ નિખાર આવશે.

આનંદ કરો : કાંઈક એવું કામ કરો. જેનાથી આનંદ મળે. તણાવ ઘટશે અને મન શાંત થશે. ટી.વી. જોવાથી વાત નહીં બને. મનને ક્રિયાશીલ પણ રાખવાનું છે. પહેલીઓ સૂલઝાવો અથવા ચિડીયા ઘર બનાવો, બસ એ કામમાં તમારું મન લાગવું જોઈએ.

પોતાના વિચાર બદલો : વિચાર જેટલા સારા હશે, એટલું જ સારું બદલાણ આવશે. પોતાની સફળતાઓની યાદી બનાવો. પોતાને બતાવો કે તમે કેટલું રચનાત્મક કામ કર્યું. કોઈપણ સારો વિચાર મનમાં આવતા જ નોંધ કરી લો. પોતાની જ બુદ્ધિની સાબિતિ એકત્ર કરો અને તમે એને વધેલી જોશો.

હલનચલન : હલનચલન પણ બહું ઉમદા કસરત છે. તેનાથી તમારું મન એક એવી શાંત અવસ્થામાં આવી જાય છે, જ્યાં વિચારવામાં ઘણી સુગમતા રહે છે. તે દરમ્યાન પોતાની પાસે એક ટેપ રેકોર્ડર રાખો. વીસ મિનિટનું હલનચલન સમસ્યાઓ સુલઝાવવાનું સારું સાધન બની શકે છે.

મૉડલ પસંદ કરો : થોડા એવા લોકો પસંદ કરો જે બુદ્ધિશાળી, સર્જનશીલ તથા ઉત્પાદક હોય. એમની જેમ જે વિચારવા અથવા કામ કરવાની પ્રયત્ન કરો. એમની સલાહ લેતી વખતે સાવધાન રહો. સફળ લોકો બહુધા સમજી શક્તા નથી કે તેઓ સફળ કેમ થયા. એમના કહેવા પ્રમાણે ન ચાલો, જે એમણે કહ્યું તે જ કરો.

દલીલથી બચો : કોઈ દલીલ જીતવા માટે તનતોડ મહેનત કરવાનો અર્થ છે કે, તમારો અહં પણ એમાં સામેલ થઈ ગયો છે. આ રીતે તમે નવી સૂચનાઓ તથા જાણકારી પ્રાપ્ત નહી કરી શકો. વાદ-વિવાદ સારો છે પણ અહંકાર સામેલ કર્યો તો મનના દરવાજા બંધ થઈ જશે આ સારા વિચાર માટે ઠીક નથી.

દિલ ખોલીને હસો : હસવાથી ઍંડ્રોફિનનો સ્રાવ થાય છે. જેનાથી તણાવ ઘટે છે. તે તમારા મનની તંદુરસ્તી માટે સારૂ છે. તેનાથી તમારા મનમાં નવા-નવા વિચાર પણ પેદા થાય છે.

રમવું : મનને ઉત્તેજિત કરનારો રમતોથી પણ એના ઢાંચામાં ઘણું પરિવર્તન આવે છે અને નવી મગજ કોશીકાઓ પેદા થાય છે. આંખ અને હાથનો સંબંધ બનાવનારો રમતો ઘણી ઉત્તેજક હોય છે.

ઉખાણાં ઉકેલો : ક્રોસવર્ડ, ઉખાણાં તથા પજલથી પણ સારી માનસિક કસરત થાય છે. તમે બસમાં અથવા કોઈની રાહ જોતી વખતે તેનો ઉપયોગ કરી શકો છો.

ગીત ગાવ : કારમાં એકલા હો તો જે કામ કરી રહ્યા હો અથવા જે વિષયને એ દિવસોમાં વાંચી રહ્યા હો તેને ગીતના રૂપમાં દોહરાવો તેનાથી તમારા જમણા મગજની કસરત થશે. તમે જોયું હશે કે લખવા કે બોલવાને બદલે ગણગણવું ક્યાય સહેલું હોય છે. આપણું જમણું મગજ પેટર્નને જલ્દી ઓળખી લે છે. આ કસરત દરરોજ કરવાથી જમણા મગજની શક્તિ વધશે. તમે વધારે સહેલાઈથી સમસ્યાઓનું સમાધાન કરી શકશો.

પોતાને ઓળખો : માનસિક શક્તિ વધારવી છે તો સૌથી પહેલાં પોતાને ઓળખો. અહં અને ભાવનાઓથી ઉપર ઉઠો. કોઈ પણ દલીલ કે ચર્ચા કરતી વખતે પોતાના પર ધ્યાન આપો.

પ્રેરિત કરો : માનસિક કામ માટે પ્રેરણા પણ બહુ મહત્ત્વ ધરાવે છે. આત્મપ્રેરિત થવાની કેટલીક સહેલી ટેકનીક શીખો.

તણાવથી બચો : તણાવથી મનને નુકશાન પહોંચે છે. તણાવથી ન કેવળ મન બલ્કે આખા શરીર પર ખરાબ અસર પડે છે, જો વારંવાર તણાવ ઘેરે તો તણાવથી બચવાની કેટલીક ટેકનીક શીખો.

મનની શક્તિ વધારનારા ખાદ્ય પદાર્થ : સ્વોકાડો, કેળા, બ્રોકલી, બ્રાઉન રાઈસ, ચીઝ, ચીકન, ઈંડા, ઓટમીલ, નારંગી, મગફળીનું માખણ, વટાણા, બટાકા, સલાડ પત્તા, સાલમ (માછલી), સોયાબીન, પાલક, ટ્યૂના, ટર્ક તથા યોગર્ટ વગેરે.

બ્રેન પાવર યોજના બનાવો : કોઈપણ નવી આદત અપનાવતા વીસથી ત્રીસ દિવસનો સમય લાગે છે, જ્યારે પણ આવી કોઈ યોજના બનાવો તો એને લગાતાર ત્રણ સપ્તાહ સુધી ચાલુ રાખવાનો પ્રયત્ન કરો. તમે ઘણા બ્રેન બૂસ્ટર ઉપયોગ કરી શકો છો પણ કોઈ નવી આદત અપનાવનારો આઇડિયા સૌથી ઉમદા રહેશે.

• • •

17

લક્ષ્ય નિર્ધારણ

'લક્ષ્ય' એક એવી ઇચ્છા છે. જેને તમે મેળવવા ઇચ્છશો અથવા તે સુધી પહોંચવા ઇચ્છશો. અલ્પકાલીન અથવા શોર્ટ ટર્મ લક્ષ્ય તે હોય છે, જેને તમે જલ્દીમાં જલ્દી મેળવવા ઇચ્છો છો. જેમ કે પોતાનું હોમવર્ક પૂરું કરવું અથવા કાલની ટેસ્ટની તૈયારી કરવી. દીર્ઘકાલીન અથવા લોંગ ટર્મ લક્ષ્ય એ હોય છે જે લાંબા સમય પછી પૂરા થાય છે; જેમ કે કોઈ પેપર લખવું કે વર્ગ પાસ કરવો.

સાચું લક્ષ્ય નક્કી કરવા માટે તમારે જાણવું પડશે કે તેને મેળવવા માટે શું મહત્ત્વપૂર્ણ છે. તમારા લક્ષ્ય પૂરી રીતે સ્પષ્ટ હોવા જોઈએ. જો લક્ષ્ય સ્પષ્ટ ન હોય તો તમારા પ્રયત્નોને સાચી દિક્ષા તથા કેન્દ્ર નહીં મળી શકે. લક્ષ્યોનો હિસાબ રાખવા માટે એને એક કાગળ પર લખી દો.

વર્ગમાં ઉમદા પ્રદર્શન માટે ઘણા ક્ષેત્રોમાં લક્ષ્ય નક્કી કરવા જોઈએ. આ રીતે તમે એને દૈનિક, સાપ્તાહિક, માસિક, પાક્ષિક તથા વાર્ષિક ખાનાઓમાં વ્હેંચી શકો છો. આ રીતે તમને જાણ થઈ જશે કે અલ્પકાલિન લક્ષ્ય, મળીને દીર્ઘકાલીન લક્ષ્યો તરફ જઈ રહ્યા છે કે નહીં. તમારે તમારા મનમાં 'બિગ પિક્ચર' બનાવી રાખવામાં મદદ મળશે. યાદ રાખો કે, તમારા જીવનમાં એક ભાગનું લક્ષ્ય બીજા ભાગ પર પણ પોતાની અસર કરી શકે છે. બીજા શબ્દોમાં જો તમે દિવસમાં ત્રણ કલાક વાંચવાનું લક્ષ્ય બનાવ્યું છે તો તમારે મિત્રોની સાથે મળનારા એક કલાકમાં કાપ મૂકવો પડશે. જો તમે નોકરી બદલવા ઇચ્છો છો તો અભ્યાસના કલાકો પર એની અસર પડી શકે છે. એટલે લક્ષ્ય નક્કી કરતી વખતે 'બિગ પિક્ચર' મનમાં રાખો.

ઘણા લોકો લક્ષ્યને લોંગ, મીડિયમ તથા શાર્ટ રેંજમાં રાખે છે. તમારે પણ સમયના હિસાબે લક્ષ્યોને શ્રેણીઓમાં વ્હેંચવું પડશે. એની સાથે પોતાની પ્રાથમિક્તાઓ પણ નક્કી કરો. ઊંચી પ્રાથમિક્તાવાળા લક્ષ્યોને થોડી મિનિટો તથા ઓછી પ્રાથમિક્તાવાળા લક્ષ્યને કલાકો આપવા બુદ્ધિ નહીં કહેવાય. જો જરૂરી લાગે તો લક્ષ્ય મેળવવા માટે સમયમાં થોડી ફેરબદલી કરો.

ઘણીવાર તમારે લક્ષ્યમાં પરિવર્તન પણ કરવું પડશે. ઘણા અજાણ્યા તથા

અદીઠ પરિસ્થિતિના કારણે આ પરિવર્તન કરવા પડે છે. તમારા ધોરણ અથવા કામની દિનચર્યામાં પરિવર્તન આવી શકે છે. તમે કે કુટુંબના કોઈ અન્ય બિમાર પડી શકે છે. આવી સ્થિતિમાં બની શકે કે તમારે તમારા લક્ષ્યને થોડા સમય માટે સ્થગિત કરવો જોઈએ.

લક્ષ્ય નક્કી કરવાથી તમને આગળ વધવાનો માર્ગ મળી જાય છે. પરિસ્થિતિ પ્રમાણે લોંગ ટર્મ લક્ષ્યોમાં થોડો વિચાર કરી રાખો. કોઈપણ લક્ષ્ય પૂરું થતા પોતાને વધામણી આપો અને માટીમાં નિશાન કરો. આગળનું લક્ષ્ય શરું કરતા પહેલાં તમે આ લક્ષ્યથી પ્રેરણા લઈ શકો છો.

લક્ષ્યના ત્રણ 'W'

દરેક લક્ષ્ય સામે ત્રણ વાતો જોડાયેલી છે. તમે એને શું ... કરશો, ક્યારે ... પૂરું કરશો અને દરેક લક્ષ્યની સાથે તેને પૂરું કરવાની ઈચ્છા ... જોડાયેલી હોય છે. ઉદાહરણ તરીકે કોઈ રિસર્ચ પેપરને પૂરું કરવાનું લક્ષ્ય હોય શકે છે. "હું 25 ડિસેમ્બરથી રિસર્ચ પેપર માટે જાણકારી એકઠી કરવાનું શરું કરી દઈશ."

યોગ્ય લક્ષ્યની વિશેષતાઓ :-

તમારા લક્ષ્યોમાં –

1. યોગ્યતા તથા કૌશલ્યને અનુસાર હોવા જોઈએ. તમારે કોઈપણ લક્ષ્ય પૂરું થતા પહેલાં પોતાની તાકાત તથા નબળાઈઓની ખબર હોવી જોઈએ.
2. તમારો ગોલ વાસ્તવિક હોવો જોઈએ, જેમ કે રોજ ત્રણ નવા શબ્દોનો અર્થ શોધી શકાય છે પણ પચાસ શબ્દો....... ?
3. ઘણીવાર સંજોગો પ્રમાણે તેમાં પરિવર્તન પણ લાવવું પડી શકે છે એટલે લચક બનાવી રાખો. આ રીતે બદલાવ લાવવાથી નિરાશા પણ નહીં થાય.
4. તમારે તમારા લક્ષ્યની પ્રગતિનો અંદાજ લગાડતા પણ આવડવું જોઈએ. જેથી જાણ થઈ શકે કે, લક્ષ્ય પૂરું થઈ ગયું, હવે આગળ જવાની જરૂર નથી. જો તમે આ કામ નથી કરતા તો તમારા ઘણા પ્રયાસ વ્યર્થ જઈ શકે છે અને સમય બરબાદ થશે તે જુદું.
5. લક્ષ્યો પર તમારું નિયંત્રણ હોવું જોઈએ, બીજાનું નહી. તમે તમારા પર તો નિયંત્રણ પામી શકો છો, બીજા પર નહીં. બની શકે કે તમારી તરફથી કામ થવા છતાં તમે લક્ષ્ય સુધી પહોંચી ન શકો.

ઘણીવાર માતા-પિતા તથા અધ્યાપક પણ તમારા લક્ષ્ય પસંદ કરે છે. તેમના લક્ષ્યને સ્વીકારો કેમ કે તેઓ અનુભવી હોવાથી જાણે છે કે, તમારી સફળતા માટે શું વધારે મહત્ત્વનું છે. તેઓ તમને લક્ષ્ય પૂર્તિ માટે મદદ પણ કરી શકે છે.

S.M.A.R.T ટેકનીક

કોઈ મુશ્કેલ કામને આસન બનાવવું હોય તો લક્ષ્ય બનાવી લો અને પછી આગળ વધો. આવા કામમાં સમય તથા મહેનત, બંને લાગે છે. જો તમે તમારી રૂચિના ક્ષેત્રમાં S.M.A.R.T. ટેકનીક અપનાવશો તો સફળતા મેળવતા વાર નહીં લાગે.

Specitic (સુનિશ્ચિત) :- એકવાર નક્કી કરી લો કે તમે શું કરવા ઈચ્છો છો, તે પછી તેના પર અડગ રહો. એકવારમાં એક જ સમસ્યા પર કામ કરવાથી, લક્ષ્ય સુધી પહોંચવામાં સરળતા થશે. "હું વધવાની ગતિ વધારવા ઈચ્છું છું" એને એક કાગળ પર લખી લો. લક્ષ્ય જેટલું સેનિશ્ચિત હશે એને મેળવવું એટલું જ સરળ હશે.

Mesurable (માપી શકાય તેવું) :- લક્ષ્ય ત્યારે જ પ્રાપ્ત થઈ શકે છે, જ્યારે તમે કોઈ હદ સુધી તેને માપી શકો, એનો અંદાજ લગાવી શકો, જેમ કે, "હું વાંચવાની ગતિ વધારવા માંગું છું." ને બદલે કહો, "હું વાંચવાની ગતિ 10 શબ્દ પ્રતિમિનિટ કરવા માંગું છું."

Action (કાર્યવાહી) :- અહીં તમારે નક્કી કરવાનું છે કે, તમે લક્ષ્ય સુધી કેવી રીતે પહોંચશો. એને "I will" વાક્ય બનાવીને લખો. જેમ કે, "હું વાંચવાની ગતિ 10 શબ્દ પ્રતિ મિનિટ કરવા ઈચ્છું છું" ની સાથે કહો, "હું 'ધ' તથા 'એન' જેવા શબ્દોને વધારે ગતિથી વાંચીશ."

Realistic (વાસ્તવિક) :- તમારા લક્ષ્ય વાસ્તવિક હોવા જોઈએ. "હું શબ્દકોષના દરેક શબ્દ યાદ કરીને દેખાડીશ. "આ લક્ષ્ય દરેક વ્યક્તિ પૂરું નથી કરી શક્તી. દરેકના પોતાના સાધન, ક્ષમતા તથા યોગ્યતા હોય છે. આ વાતોને અનદેખી ન કરો નહીંતર તમે તમારી નિષ્ફળતાના પોતે જવાબદાર હશો.

Timeline ટાઈમલાઈન :- પોતાના કામ માટે કોઈ સમય મર્યાદા નક્કી કરો. પ્રયત્ન કરો કે, આ સમય મર્યાદા વાસ્તવિક હોય જેથી ત્યાં સુધી સરળતાથી પહોંચી શકાય. કુલ કેટલાક લક્ષ્ય દિવસ. કેટલાક મહિના અને કેટલાક વરસો સુધી ચાલી શકે છે એટલે લક્ષ્યની પ્રકૃતિના હિસાબે જ ટાઈમલાઈન નક્કી કરો.

નિર્ણય નિર્ધારણ

ઘણા વિદ્યાર્થીઓને નિર્ણય કરવામાં મુશ્કેલી પડે છે. લોકોને એજ ડર સતાવે છે કે, તેઓ કોઈ ખોટું પગલું ન ભરી લે. યાદ રાખો કે, નિર્ણય ખોટો હશે તો પણ એનાથી કાંઈને કોઈ તો શીખવાનું મળે છે. જ્યાં સુધી તમે નિર્ણયોના પરિણામોથી ફાયદો ઉઠાવતા રહેશો. તમારી પ્રગતિ થતી રહેશે.

ઘણીવાર નિર્ણય કરતી વખતે શારીરિક તથા માનસિક અયોગ્યતા આડે આવે છે. કેટલાક લોકો તો આ દરમ્યાન ઘણા ચિંતિત થઈ જાય છે. વિલંબ પણ એની જ દેન છે. ઘણીવાર વ્યક્તિની ભાવુક્તા પણ અડચણ બની જાય છે.

સૌથી પહેલાં સમસ્યાને ઓળખો, તેના સમાધાન માટે બધી જાણકારી એકઠી કરો. બધી સંભાવનાઓ પર વિચાર કર્યા પછી એનું મૂલ્યાંકન કરો. જાણકારી મેળવો કે કઈ સંભાવનાઓ કામ કરશે અને કઈ નહીં. એ જ સંભાવના પસંદ કરો, જેનું માનસિક ચિત્રણ કરી ચૂક્યા હોવ. આગળ વધો તથા સમાધાન શોધો, સાથે પોતાની પ્રગતિની તપાસ પણ કરતા રહો. તમારે એ જોવું પડશે કે કોઈ રણનીતિ સાચી રીતે કામ કરે છે કે નહીં. પોતાના અનુભવથી એ પણ નિશ્ચિત કરો કે શું સારુ હશે અને શું ખરાબ.

ઘણીવાર સંજોગોને કારણે પણ થોડા બદલાવ કરવા પડે છે. ભુલ-સુધાર વિધિ અપનાવો. નાનો નિર્ણય લઈને જુઓ કે તે કામ આવે છે કે નહીં. પડકારોને પ્રાથમિક્તા આપો. જેથી બધા નિર્ણય એક સાથે લેવા ન પડે. એક નિર્ણય, બીજા બધા માટે મદદરૂપ થશે. નિર્ણય કરતી વખતે ભવિષ્ય પર નજર રાખો. આવનારી સંભાવનાઓ તથા પડકારો માટે તૈયાર રહો. પોતાના મનને ખૂલ્લું રાખો.

• • •

18

ગણિતથી શેનો ડર ?

આજકાલ મોટાભાગના વિદ્યાર્થી ગણિત કે મેથ્સના નામે જ ગભરાય છે. જ્યાં સુધી આપણે ગણિત સાથે જોડાયેલ આ ભયને નથી મિટાવતા ત્યાં સુધી ઉમદા પ્રદર્શનની અપેક્ષા પણ રાખી શક્તા નથી.

જો કોઈ વિદ્યાર્થી / વિદ્યાર્થીની કહે કે, એને કોર્સ સમજવામાં મુશ્કેલી પડી રહી છે તો એને ટ્યૂશનનો દીર્ઘકાલીન વિકલ્પ ન આપો. ટ્યૂટર્સનો એ વિદ્યાર્થીઓ માટે હોવો જોઈએ. જે અભ્યાસમાં થોડા પાછળ છે અને જરાક મદદથી આગળ આવી શકે છે; વધારે ચિંતિત અને ભ્રમિત વિદ્યાર્થીઓને પોતાના અભ્યાસની વધારે જવાબદારી હોવી જોઈએ.

જ્યારે કોઈ વિદ્યાર્થી દરરોજ ટ્યુશન જવા લાગે છે તો તે ઘણી હદ સુધી ટ્યુશન ટીચર પર જ નિર્ભર થઈ જાય છે. હેલ્થ સંશન, લર્નિંગ સેંટર અથવા અધ્યાપકથી લીધેલી મદદ આનાથી સારા વિકલ્પ હોઈ શકે છે કેમ કે તે વિદ્યાર્થીઓ માટે નિર્ભરતાનું વાતાવરણ નથી બનવા દેતા.

ગણિતથી ઉદ્વેગના લક્ષણ

મેથ્સ એંગ્જાઈટી અનુભવતા વિદ્યાર્થીઓમાં નિમ્નલિખિત લક્ષણ જોવામાં આવે છે.

બધું ખાલી : એવું લાગે છે કે બધું ખાલી થઈ ગયું. તમે ગણિતની બધી ફોર્મ્યુલા ભૂલી જાવ છો. તમને સાદા સરવાળા-બાદબાકી કે ગુણાકાર-ભાગાકાર શુદ્ધા યાદ નથી આવતા. એવું લાગે છે કે કોઈએ તમારી બધી યોગ્યતા અથવા જાણકારી ખૂંચવી લીધી હોય.

ડર : એવું લાગે છે કે, કોઈ મોટું તોફાન આવનારું છે. તમારા દિલની ધડકન બહુ તેજ થઈ જાય છે. તમને પાક્કી ખાતરી થઈ જાય છે કે, તમે કોઈ સવાલ કરી શક્તા નથી. તમારા પર નિરાશા હાવી થઈ જાય છે.

તણાવ : સવાલ હલ કરતી વખતે આખું શરીર જકડાઈ જાય છે. તમારી ગર્દન અથવા પીઠ જકડાઈ જાય છે. હાથ કાંપવા લાગે છે કે પછી શ્વાસ રૂંધાતો લાગે છે.

પેરાનોયા : તમને એ જ લાગવા લાગે છે કે, દરેક તમારી મૂર્ખતા વિશે જાણે છે. એમને એ વાતનું આશ્ચર્ય થઈ રહ્યું છે કે, આટલો સહેલો સવાલ પણ તમે ઉકેલી શક્તા નથી.

ટ્યૂન આઉટ : જ્યારે પણ ગણિતની કોઈ વાત આવે છે તો તમને સામેવાળાના શબ્દ સંભળાતા બંધ થઈ જાય છે. એવું લાગે છે કે, ગણિતની આખી ચોપડી ખાલી છે, એના પર ક્યાંય કશું લખેલું નથી.

અપરાધ ભાવ : તમને લાગવા લાગે છે કે, તમે થોડું ઘણું ગણિત આવડવાનો દેખાડો કરી રહ્યા છો. થોડીવારમાં બધા જાણી જશે કે તમે નાલાયક છો અને તમને ગણિતમાં કશું આવડતું નથી. તમને એવું લાગવા માંડે છે કે આ બધી તમારી ભૂલ છે.

શારીરિક લક્ષણ : ગણિત હલ કરવા બેસતા જ તમારું માથું દુ:ખવા લાગે છે, પેટમાં ગરબડ ઊભી થાય છે, નજર ઝંખવાઈ છે, એકાગ્ર થઈ શક્તા નથી અને બહુ ઊંઘ આવવા લાગે છે.

બચવાનો પ્રયત્ન : તમે ગણિતથી બચવા કે તેમાં મન ન લગાડવા પૂરો પ્રયત્ન કરો છો કેમ કે કોઈ સમસ્યાના હલ ન થવાથી તેનો સામનો ન કરશે જ સારું લાગે છે.

કોઈપણ ગણિતનો અધ્યાપક તમને એ જ કહેશો કે, સવાલ હલ કરવાથી જ તમને ગણિત આવડી શકે છે. ત્યારે આપણને ઘરમાંથી પણ સવાલ હલ કરવા અપાય છે, જ્યારે બાળકો પોતાની મેળે સવાલ હલ કરે છે તો તેને વિશે સારી રીતે જાણે છે. કેટલાક હોંશિયાર વિદ્યાર્થી બીજા વિદ્યાર્થીઓ કરતા પહેલાં સવાલ હલ કરી દે છે. સલાહ લેવા આવનાર વિદ્યાર્થી કહે છે.

"હું બધું હોમવર્ક સાચું કરું છું. પણ છતાં પણ ખબર નહીં શું થઈ જાય છે." આવા વિદ્યાર્થીને પ્રોત્સાહિત કરો. એમને નિમ્નલિખિત ઉપાય અજમાવવા કહો. એમને કહો કે તેઓ સમસ્યાને અલગ-અલગ દિશાઓમાં જોવાનો પ્રયત્ન કરે.

- શું તમે જવાબની તપાસની રીત શોધી શકો છો ?
- સમસ્યાને કોઈ અલગ રીતે હલ કરવાની પ્રયત્ન કરો; જેમ કે પહેલાં બીજ ગણિતથી કર્યું હતું. તે પછી ગ્રાફની મદદથી સુલજાવો.
- શું તમે પાછલા વર્ગમાં આવા સવાલોને અલગ રીતે હલ કરવાનું શીખ્યા હતા. શું તે રીત બિલકુલ અલગ હતી ?

ઘણા વિદ્યાર્થીઓનું કહેવું છે કે, એમને એ જ યાદ રહેતું નથી કે સવાલ ક્યાંથી શરું કરવાનો છે. આવા વિદ્યાર્થીઓ માટે થોડા સુઝાવ પ્રસ્તુત છે :

- અધ્યાપક ઈચ્છે છે કે, તમે રોજ કરેલા કામ પર નજર દોડાવો શું તમે એવું કરી રહ્યા છો ? નોટ્સને વાંચો નહી અને વર્ગમાં હલ કરવાની પણ કોશીશ કરો. ઉદાહરણોને પોતાની કોપીમાં લખો તથા તેના જ હિસાબે સવાલ હલ કરો.
- જો કોઈ વર્ગમાં ન જઈ શક્યા તો શું તેની નોટ્સ લીધી ? એને સારી રીતે વાંચી ?
- શું થોડું કામ અધૂરું રહી ગયું છે ? એવું કામ હંમેશા તમારા માથાનો દુઃખાવો બની રહેશે.
- શું તમારી સાથે કોઈ વિદ્યાર્થી બેસે છે ? એની સાથે એ વિશે વાત કરો. બાળકો આપસમાં વાતચીત કરીને પણ ઘણું બધું શીખે છે.
- શું તમે ગૃહકાર્ય પૂરું કરો છો ? શું તમને અધ્યાપકની મદદ લો છો ? શું તમે વર્ગમાં ચર્ચા દરમ્યામ નોટ્સ બનાવો છો ? (નબળા વિદ્યાર્થીએ પાછલા દિવસના ગૃહકાર્ય દોહરાવવા માટે પણ સમય કાઢવો જોઈએ).
- ગૃહકાર્યમાં મળેલ બધા સવાલો પર નજર કરો અને સૌથી પહેલાં સરળ સવાલ હલ કરો.
- ખાલી નોટ્સમાંથી ફોર્મ્યુલા જોવાથી જ વાત બનશે નહીં બલ્કે નોટ્સમાં આપેલા સવાલો સાથે એનો મેળ પણ બેસાડો.
- બની શકે કે એકવારમાં કોઈ સવાલ હલ ન થાય. કોઈ વાત નહીં ! કોઈ બીજા સવાલ પર ધ્યાન આપો. જો તમે પેજ 70 નો 10મો સવાલ હલ કરી શક્તા નથી તો એજ પાનાનો પહેલોં સવાલ હલ કરવાની કોશીશ કરો.
- તે પહેલાં કેટલાક સવાલ જ વધારે મુશ્કેલ હશે.

ગણિતમાં વધુ સારા પ્રદર્શન માટે

- બ્રેક લીધા વગર દોઢ કલાકથી વધારે ન વાંચો. દરેક અડધા-પોણા કલાક પછી બ્રેક લો.
- 10 મિનિટના બ્રેકમાં કશુંક ખાઈ-પી લો, મિત્રોને ફોન કરો, હલનચલન કરો કે શરીરને શ્રમ આપનારી કસરત કરો. પોતાના બ્રેકને પૂરા

અનુશાસનમાં રાખો. એક લાંબા બ્રેકને બદલે નાના-નાના બ્રેક લેવા સારું રહેશે.

- બધા સવાલ હલ કર્યા પછી પોતાના તરફથી પણ કેટલાક સવાલ બનાવો. ત્યારે તમે બધા નિયમોને સારી રીતે સમજી શકશો.
- જ્યારે તમે પૂરી રીતે સતર્ક હો, ત્યારે વાંચો. થાકેલા મનથી વાંચશો તો સારું પરિણામ નહીં મળી શકે.
- કોઈ શાંત જગ્યાએ બેસીને વાંચો જેથી તમારી એકાગ્રતા ન તૂટે.
- કોઈ એવી જગ્યાએ વાંચો, જ્યાં તમે શાંત ભાવથી કેવળ વાંચી શકો. ધ્યાન લાગશે તો અભ્યાસ પણ સારો થશે.
- પોતાનું પૂરું ધ્યાન રાખો. યોગ્ય સમયે ખાવ તથા વ્યાયામ કરો. તમારું શરીર સ્વસ્થ રહેશે તો સારી રીતે અભ્યાસ કરી શકશો.
- દરરોજ ગણિત વાંચો. બધું કામ એક જ દિવસે ન કરો.
- જો કોર્સમાં મુશ્કેલી હોય તો સત્રની શરુઆતમાં જ ધ્યાન આપો. પોતાનું પાછલું કામ સાથે લઈ જાઓ જેથી અધ્યાપકને ખબર પડે કે તમે તમારી તરફથી પ્રયત્ન કરી ચૂક્યા છો.
- તમે ટ્યૂશન પણ કરી શકો છો. યાદ રાખો કે, ગણિતમાં દરેક પગલે આગળ વધવું પડે છે એટલે અત્યારથી જ ઝડપ દેખાડો.

સમસ્યા હલ કરવી

કોઈપણ સમસ્યા શૈક્ષણિક હોય કે સામાજિક, પડકારયુક્ત હોઈ શકે છે. તમને ઘરમાં, બહાર કે પછી સ્કૂલમાં કોઈ સમસ્યા થઈ શકે છે. બની શકે કે તમને સ્કૂલ પ્રોજેક્ટમાં કોઈ સમસ્ય હોય. સમસ્યાને ઉકેલવા માટે એક જ પ્રક્રિયા અપનાવી શકાય છે.

કોઈ પણ સમસ્યાને ઉકેલવા માટે તમારા મનને ખૂલ્લું અને લસીલું બનાવવુ પડશે. બની શકે કે તમારે પાછળ જોઈને સમસ્યાને નવા દૃષ્ટિકોણથી જોવી પડે જેથી વધુ સારૂ સમાધાન શોધી શકાય.

સૌથી પહેલું અને જરૂરી પગલું છે કે તમે સમસ્યાને પરિભાષિત કરો. જો તમે એને સમજશો નહી તો ઉકેલશો કેવી રીતે ? આ વ્યાખ્યામાં કેવળ ખાસ વાતો જ સામેલ કરો. ઘણીવાર એવું પણ બની શકે છે કે, તમારી પાસે યોગ્ય જાણકારીનો અભાવ હોય. જો આવું છે તો સૌથી પહેલાં બધી જરૂરી જાણકારી એકઠી કરો.

પ્રયત્ન કરો કે, તમને બધી મહત્ત્વની જાણકારી મળી શકે. જો તમે હવે એનો

ઉપયોગ નથી પણ કર્યો તો તે કોઈ બીજી સમસ્યાને હલ કરતી વખતે કામ આવી શકે છે. તમારે થોડી જાંચ તપાસ કરવી પડશે, વાંચવું પડશે અને વિશેષજ્ઞોની સલાહ લેવી પડશે. આ સમસ્યાને પ્રભાવિત કરનારી આગળ પાછળની ઘટનાઓ પર પણ નજર દોડાવો. તમારે વ્યક્તિગત પક્ષપાતથી અલિપ્ત રહીને સાચા પ્રમાણ એકઠા કરવા પડશે.

તે પછી વિભિન્ન સમાધાનો પર નજર દોડાવો. જુઓ કે એમાંથી કયા કામ આવીશ કે છે. સમસ્યાને ઘણા ખૂણાથી જોવાનો પ્રયત્ન કરો. તે પછી તમે સરળતાથી સારો ઉકેલ શોધી શકો છો.

લિસ્ટમાં બધા ઉકેલની રેકિંગ કરી દો. પછી આ લિસ્ટમાંથી સારો ઉકેલની પસંદગી કરો. સફળતા માટે તૈયાર ઉકેલ કામ ન આવે તો તમારે બીજો વિકલ્પ શોધવો પડી શકે છે. તમારે હંમેશા 'બીજી યોજના' પણ તૈયાર રાખવી જોઈએ.

યાદ રાખો કે, સમાધાન જેટલું સારૂ હશે એટલી જલ્દી સફળતા હાથ આવશે. સમસ્યા સમાધાનની પ્રક્રિયા પણ એના ઉકેલ જેટલી જ મહત્ત્વની હય છે.

સાવધાની : ગણિત માટે એકાગ્રતા બહુ મહત્ત્વ ધરાવે છે. એક ચિંતિત, તણાવગ્રસ્ત કે નાખુશ વિદ્યાર્થી ગણિતના સાચા ઉકેલ કાઢી શક્તો નથી. આવા વિદ્યાર્થી પર વિચાર કરતા સમયે તેના માતા-પિતા, અધ્યાપક કે વશ કરનારને એમના જીવન સાથે જોડાયેલી બીજી સમસ્યાઓ પર ધ્યાન આપવું જોઈએ, કદાચ આ જ તેના ગણિતમાં પાછળ રહી જવાનું મૂળ કારણ હોય.

• • •

19

વિજ્ઞાનથી શેનો ડર ?

વિજ્ઞાનની પાઠ્ય સામગ્રી નવી તથા મુશ્કેલ હોવાને કારણે, સહેલાઈથી સમજમાં આવતી નથી. તમે એને સારી રીતે સમજવા માટે એક-એક કરીને ટૂકડા જોડી શકો છો.

પાઠ્ય સામગ્રીથી વિષયનો પાયો બને છે તથા ભાષણ, પ્રયોગ ફિલ્ડ ટ્રિપ તથા મીડિયાના માધ્યમથી બાકીની જાણકારી એકઠી થાય છે.

એક ઝલક જુઓ

સૌથી પહેલાં આપેલી સામગ્રી પર એક નજર દોડાવો બની શકે કે તમારે કેટલાક સેક્શન વાંચવાની જરૂર જ ન હોય.

5-10 મિનિટ પાઠનો સર્વે કરીને માલૂમ કરો કે, વિષય સામગ્રી કેવી રીતે વ્યવસ્થિત કરાઈ છે એટલે એના 'બિગ પિક્ચર' નો અંદાજ લો.

આ બધું સમજવા માટે નથી. બલ્કે આ પ્રારંભિમ જાણકારીથી પાછળથી બધી જાણકારી મેળવવામાં સરળતા રહેશે.

ઝટપટ પરિચય, સારાંશ, શબ્દ ભંડાર, યાદી, સેલ્ફ ટેસ્ટ પ્રશ્ન, શીર્ષક રેખાંકિત સામગ્રી, ગ્રાફિક, ચિત્ર તથા સૂચિઓ પર નજર દોડાવો એમની ખાસ ધારણાઓ, વ્યાખ્યાઓ, વિસ્તાર, કારણ, પ્રભાવ તથા તર્કો પર ધ્યાન આપો.

આ ચરણમાં ન તો કોઈ નોટ્સ લો કે નતો કોઈ નિશાન લગાવો.

પહેલું રીડિંગ

તમારે તમારા પહેલાં રિડિંગ દરમ્યાન વિષય સામગ્રીનો મોટો અંદાજ લેવાશે છે કે તમને શું સમજાઈું અને શું ન સમજાઈું.

- 1-1 સેંકડના સમય પર બધા વાક્ય પેરાગ્રાફ તથા નાના પેસેજ વાંચો. વાંચો તથા થોભો, વાંચો તથા થોભો. મનોમન આ પૂરા યુનિટનો એક અર્થ બનવા દો, જ્યારે તમે તેના પર વિચાર કરશો તો મનોમન આ પ્રક્રિયા પોતાની મેળે ઘટવા લાગશે.
- ગ્રાફિક તથા આપેલા વાક્યોમાં તારતમ્ય બનાવવાનો પ્રયત્ન કરો. ગ્રાફિકથી સરખા ચિત્ર, ડાયગ્રામ, નકશા, ચાર્ટ, સૂચી તથા ગ્રાફને સામેલ કરી

શકો છો.

- સમય સમય પર તમે પોતાને પૂછો કે, શું તમને વાંચવાથી બધું સમજાઈ રહ્યું છે ? ક્યાંક તમે સમય તો બરબાદ નથી કરતા ?
- જો સાચે મન લગાડી શક્તા નથી તો પોતાના ટ્યૂટર, અધ્યાપક અથવા શૈક્ષણિક સલાહકારની મદદ લો.
- જો લેખકે તુલના તથા ઉદાહરણોનો પ્રયોગ કર્યો છે તો તેને વિસ્તૃત વર્ણનથી જોડીને જુઓ.
- જો મન થાકી રહ્યું હોય તો થોડો બ્રેક લો. જો બ્રેક ન લઈ શકો તો વાંચવાને બદલે ચિત્ર બનાવો, બેસવાને બદલે ચાલો, શાંતિથી વાંચવાને બદલે જોરથી બોલીને વાંચો.
- જો બ્રેક પછી વાંચવા બેસો તો એકવાર પાછળના કામ પર પણ નજર દોડાવો.

પહેલી રીડિંગનું રિવ્યૂ : જે ન સમજાયું હોય તેને ફરી દોહરાવો. અહીં આપણે યાદ નથી કરવું એ તથ્યોને ધ્યાનથી સમજવાના છે.

- જે કાંઈ પણ ખાસ લાગે, તેને હાઈલાઈટ કરો.
- ખૂણામાં વધેલી જગ્યા માટે એક સિસ્ટમ બનાવો, જેમ કે વ્યાખ્યા માટે 'ડી', ડિસ્કરિપટિવ મૈટર માટે 'એફ', 'કોજ તથા ઈફેક્ટ' માટે 'સી' તથા વૈજ્ઞાનિક આર્ગ્યૂમેંટ માટે 'એ' લખો. તમે પોતે તમારા કોડ બનાવી શકો છો.
- જેટલા પણ નવા શબ્દ જાણ થાય, તેમના અર્થ એક યાદીમાં લખીને પોતાની પાસે રાખો.

- પોતાની સમજના હિસાબે જાતે નકશા કે ચિત્રો તૈયાર કરો.
- તાપ, પ્રકાશ તથા ગતિ માટે ઈન્દ્રિયો પ્રમાણે સૂત્ર બનાવો.
- કોઈપણ પેસેજને આ પ્રમાણે વાંચો, જાણે તમે વાતચીત કરી રહ્યા છો. એ રીતે તમને છપાયેલા શબ્દોના અર્થ વધારે સહેલાઈથી સમજમાં આવશે.
- જો તમે જોરથી નથી વાંચી શક્તા તો મનોમન કલ્પના કરો કે તમે જોરથી વાંચી રહ્યા છો અને તમને તમારો અવાજ સંભળાય છે.

  મુશ્કેલ પેસેજના અર્થ ખુદ શોધો : કેટલાક શબ્દો વાંચો, એનો અર્થ જાણ્યા પછી, એને પરસ્પર જોડવાનો પ્રયત્ન કરો. પ્રયત્ન કરો કે તમે એ જ અર્થ શોધી શક્યા જે લેખક કહેવા માંગે છે.
- જે ફકરો હજુ પણ ન સમજાઈ તેના પર પ્રશ્નાર્થનું ચિહ્ન લગાડી દો.

બીજું રીડિંગ

- જો બધું સમજમાં આવતું હોય તો એક બીજું રીડિંગ કરી લો. પછી સમસ્યા હલ કરવા, અભ્યાસ કાર્ય, સી.ડી. કે વેબસાઈટની સામગ્રી પર કામ કરો.
- જો બીજા રીડિંગમાં પણ થોડી મુશ્કેલી હોય તો સી.ડી., વીડિયો અથવા વેબસાઈટની મદદ લો. પુસ્તકાલય તથા અન્ય પાઠ્ય સામગ્રીની મદદ પણ લઈ શકાય છે.

પોતાની નોટ્સ ફરી વાંચો જેથી,

- ખબર પડે કે ટેસ્ટની પહેલાં શું દોહરાવવાનું છે.
- એમાંથી શું યાદ કરવું રહી ગયું છે.
- શેનું અભ્યાસ કાર્ય બાકી છે.
- શેના માટે પ્રયોગશાળા, પ્રયોગ તથા લેકચરની જરૂર પડશે.

• • •

20

ટેસ્ટ દરમ્યાન

જો તમને કોઈ ટેસ્ટ દરમ્યાન તણાવ ઘેરી લે, તો નિમ્નલિખિત ટેકનીકો અપનાવો :

1. એ બધી નકારાત્મક વાતો શોધી કાઢો. જે તમે પોતાને મનોમન કરી રહ્યા હશો; જેમ કે – "દરેક મારાથી ઝડપી લખી રહ્યા છે." કે "હું આટલો સવાલ પણ કરી ન શક્યો તો હું મૂર્ખ જ છું." આવા વિચાર તમને ટેસ્ટ પર ફોક્સ કરવા જ નહીં દે બસ તમારા મને તણાવથી ભરી દે છે.
2. એકવાર આ નકારાત્મક વિચારોને ઓળખ્યા પછી તમે બહુ સરળતાથી પોતાનું પૂરું ધ્યાન પ્રશ્નો કે સમસ્યાના સમાધાનમાં લગાવી શકો છો.
3. થોડો બ્રેક લો. આંખો બંધ કરીને ઊંડા શ્વાસ લો અને ફરીથી કામમાં લાગી જાવ.
4. મોટા ભાગના તણાવગ્રસ્ત વિદ્યાર્થી, ટેસ્ટનો અડધો સમય તો ચિંતામાંથી વિતાવી દે છે. વારંવાર ઘડીયાળમાં વધેલો સમય જોવાથી કોઈ સમસ્યા હલ નહીં થાય.

પહેલાં સહેલા પ્રશ્ન હલ કરો પછી મુશ્કેલ પ્રશ્ન હલ કરો, ત્યારે ઘડીયાળ પર નજર કરો. જો તમે પહેલાં બતાવેલી રણનીતિઓનું પાલન કર્યું તો તમને એ જોઈને આશ્ચર્ય થશે કે ટેસ્ટમાં ઘણો સમય બચી ગયો અને તમારી એકાગ્રતા શક્તિ ટકી રહી છે.

ટેસ્ટથી પહેલાં

1. ટેસ્ટના નમૂના અને વિષય સામગ્રી પહેલાં જ જાણી લો. જો એ વિદ્યાર્થીઓ પાસેથી મળી શકે જે પહેલાં આ કોર્સ કરી ચૂક્યા છે તો એ જાણ થઈ જશે કે પ્રોફેસરના મતે શું મહત્ત્વપૂર્ણ હોઈ શકે છે.
2. જો બની શકે તો મિત્રો સાથે, પોતાની જાણકારીના હિસાબે સેમ્પલ ટેસ્ટ તૈયાર કરો.
3. વાંચતી વખતે અથવા સેમ્પલ ટેસ્ટ આપતી વખતે સમય મર્યાદાનું ધ્યાન રાખો. ટેસ્ટથી ઓછો સમય લઈ ચાલશો તો વધુ સારૂ હશે.
4. દરેક સમસ્યા માટે આપેલા નિર્દેશો પર ધ્યાન આપો. એનાથી તમને અલગ-અલગ જાતની સમસ્યાઓ વિશે જાણ થશે. આ નિર્દેશ એવા જ હશે, જેવા પાઠ્યપુસ્તકમાં આપેલા હતા.

5. ટેસ્ટ આપતી વખતે ધ્યાન આપો કે, એ વાતથી કોઈ ફરક નથી પડતો કે તમે કેટલી તૈયારી કરી છે કે તમારા કેટલા માર્ક્સ આવનારા છે. બસ તમારે એ જોવાનું છે કે એ 50 મિનિટમાં તમે શું કરી શકો છો.
6. ટેસ્ટ આવ્યા પછી તેના પર ચિંતા ન કરો, તમે જેટલું સારૂ કરી શક્તા હતા તમે કર્યું. પોતાની દરેક ટેસ્ટની ભૂલોમાંથી શીખો. જે કોઈ વાત ન સમજાઈ તે વર્ગમાં પૂછો.

ટેસ્ટ દરમ્યાન

1. બધા નિર્દેશ સાવધાનીથી વાંચો. બધી સમસ્યાઓ આરામથી વાંચો અને શોધી કાઢો કે શું પૂછાઈ રહ્યું છે, ફરીથી એને વાંચીને સાચી વાત મનમાં બેસાડી લો.
2. ટેસ્ટ શરું કરતાં પહેલાં આખી ટેસ્ટ પર નજર દોડાવો. બધા પ્રશ્નોના માર્ક્સ પર ધ્યાન આપો. એવા પ્રશ્નો પહેલાં કરો જે સહેલા લાગે અને કરતાં આવડતું હોય. એનાથી આત્મવિશ્વાસ વધશે.
3. જો ક્યાંક અટકી જાવ તો ત્યાં જ રોકાવાને બદલે આગળ વધો. બની શકે કે, કોઈ બીજા પ્રશ્નના જવાબમાં પહેલાંના પ્રશ્નનો પણ કોઈ સૂત્ર મળી જાય.

ટેસ્ટની ચિંતાથી કેવી રીતે નિપટ

1. ટેસ્ટ પહેલાં રિવીઝન માટે પણ સમય બચાવો. આ દરમ્યાન બધા સવાલ ફરીથી હલ કરવાની કોશીશ ન કરો. બસ એક સમાન નમૂનાવાળા પ્રશ્ન હલ કરો. જે પ્રશ્ન બિલકુલ નવા તથા અજાણ્યા હોય એને છોડી જ દો નહીંતર ખોટી ગભરામણ વધશે.

2. બહુ રિવીઝન એક રાત પહેલાં ન કરો. એનાથી ઊંઘ પૂરી નહી થાય અને તમે ટેસ્ટમાં તણાવગ્રસ્ત થઈ જશો.
3. જો તમને રિવીઝનથી પણ ગભરામણ થઈ રહી છે તો એ સવાલોનું લિસ્ટ બનાવી લો, જેટલું કામ થતું જાય તેના પર નિશાન લગાવો. બધા કામને નાના-નાના ભાગોમાં વ્હેંચવાથી પણ નિશ્ચિતતા આપશે.
4. ચિંતા તો થાય જ છે પણ આ રીતે તમે તમારા કામ પર કેન્દ્રિત નથી કરી શક્તા. જો ચિંતા હાવી થવા લાગે તો પોતાને યાદ કરાવો કે આ રચનાત્મક નથી, એનાથી તમને કોઈ ફાયદો થવાનો નથી. ઊંડા શ્વાસ લેતા મનને શાંત કરો. થોડીવાર પછી એને દોહરાવો જેથી કામમાં મન લાગી શકે.

મુશ્કેલ પરીક્ષા પ્રશ્નો માટે રણનીતિ

અ) પ્રશ્નનો પોતાના શબ્દોમાં અનુવાદ કરો.

બ) દરેક વિકલ્પને ધ્યાનથી વાંચો.

ક) કોઈ રણનીતિ અપનાવો.

અજાણ્યા શબ્દોને બોલી-બોલીને તેમાંથી અર્થ શોધવાની કોઈપણ કરો. વાક્યો સાથે આપેલા શબ્દોમાંથી તેનો તાલમેલ બેસાડવાની પ્રયત્ન કરો.

પોતાના સામાન્ય જ્ઞાનનો ઉપયોગ કરતા પોતાને પૂછો - ‘‘હું આના વિશે કેટલું જાણું છું ?’’

બધા ઉત્તર તપાસો અને મનોમન સાચા ઉત્તર સુધી પહોંચવાનો પ્રયત્ન કરો. બની શકે કે, હંમેશા સાચો વિકલ્પ તમારા હાથ ન લાગે. તમારે સૌથી સારા વિકલ્પની પસંદગી કરવી પડશે.

તાર્કિક ક્ષમતાનો ઉપયોગ કરો. દરેક સંભવિત પ્રશ્ન માટે પોતાને પૂછો - ‘‘જો આવું હોત તો ?’’

મલ્ટીપલ ચોઈસવાળા પ્રશ્નોમાં વિકલ્પોમાં સાચો વિકલ્પ શોધવા માટે નિમ્નલિખિત પ્રક્રિયા અપનાવો.

- જે બિલ્કુલ સાચા લાગે તેને નિશાન કરો.
- જે બિલ્કુલ ખોટા લાગે તેને નિશાન કરો.
- ખોટા વિકલ્પવાળા ઉત્તરો પર વર્તુળ કરો.
- પછી એના પર વર્તુળ કરો જેના સાચા હોવાનો વિશ્વાસ છે.
- તે પછી બાકી બચેલા ઉત્તરો તારવી લો.

તણાવ આયોજન

તણાવ વિદ્યાર્થીની સફળતામાં ઘણો અવરોધક બની શકે છે. તેના શારીરિક, માનસિક કે સામાજિક લક્ષણ પણ ઉભરી શકે છે. તમારા વ્યવહારમાં કોઈ કારણ વગર બદલાવ આવી શકે છે. તણાવગ્રસ્ત થતા નિરાશા પણ ઘેરી શકે છે.

તણાવ સાથે નિપટવા માટે તમારે-તમારી આસપાસની સ્થિતિઓ, લોકો તથા ઘટનાઓનું વિશ્લેષણ કરવું પડશે. તે પહેલાં કે તણાવ તેની ખરાબ અસર કરે એને ઓળખતા શીખો. જો તમને પહેલેથી જ ખબર હોય કે ટેસ્ટ થનાર છે તો આટલો તણાવ નહીં થાય કેમ કે તમે કાંઈકને કાંઈક ત તૈયારી કરી જ લેશો. તણાવ આયોજનમાં સમય આયોજનનું વિશેષ મહત્ત્વ છે. જો તમારી પાસે પોતાનું કેલેન્ડર છે અને તમે તેની પ્રાથમિક્તાના હિસાબે ચાલો છો તો તણાવ સાથે સરળતાથી નિપટી શકો છો.

તણાવથી નિપટવા માટે વ્યવસ્થિત થતા શીખો, તમારા સમયનું વિશ્લેષણ કરો. કોઈપણ કામ પૂરું કરવા માટે પહેલાં જ તૈયારી કરી લો. ખાસ વાતોને પ્રાથમિક્તા આપો. જો વચ્ચે વચ્ચે નાના કામ કરવા હોય તો એને પણ કરી લો.

પોતાની આસપાસના વાતાવરણ પર કાબૂ પામવાની કોશીશ કરો. જુઓ કે કોણ તમને વશ કરી રહ્યું છે, એને બદલવાની કોશીશ કરો. જો જરૂરી હોય તો એક-બે દિવસ માટે એ સંજોગોમાંથી બહાર આવી જાવ.

પોતાને સકારાત્મક ફીડબેક આપો. તમારા આંતરિક સુઝાવ પણ સકારાત્મક હોવા જોઈએ. પોતાની સાથે કડક ન બનો. એ જાણવાની કોશીશ કરો કે, તમે તણાવ સાથે નિપટવા માટે શું કરી શકો છો. પોતાનું ધ્યાન રાખો, પૂરતી ઉંઘ લો, અભ્યાસ દરમ્યાન બ્રેક લો. હલનચલન કરો, થોડી કસરત કરો, યોગ્ય સમયે ભોજન લો, કૅફીનની માત્રા પર કાબૂ રાખો, ખાંડ અને ચરબી પણ સીમિત માત્રામાં લો. દવા કે દારૂનું સેવન ન કરો.

શરીરને આરામ આપતા શીખો. પોતાને રીચાર્જ કરો. ઘણીવાર બીજા માટે કાંઈક કરવાથી પણ તણાવ ઘટે છે. પોતાના મનને શાંત કરવા માટે આનંદદાયક ગતિવિધિઓમાં મન લગાવો.

પોતાના શરીરના લક્ષણોથી તણાવ ઓળખો. ધ્યાન રાખો કે વધારે તણાવથી શરીર રોગી બની શકે છે. પોતાને એકલા ન છોડો. તણાવગ્રસ્ત હોતો કોઈને મનની વાત કહો. જો તો પણ વાત ન બને તો સ્કૂલ કે કૉલેજમાં સલાહકારની મદદ લો. યાદ રાખો કે, તણાવ ઘણી રીતે પોતાની અસર છોડે છે મદદ માંગતા ન કરો.

• • •

21

મેમરી અને રિવીઝન

"આપણે એ જ યાદ રાખીએ છીએ. જે સમજીએ છીએ, એ જ સમજીએ છીએ જેના પર ધ્યાન આપીએ છીએ, આપણે એના પર જ ધ્યાન આપીએ છીએ જે આપણે ઇચ્છીએ છીએ.

– એડવર્ડ બોલ્સ

મેમરી વિશેષજ્ઞના આ વાક્યમાં જ આખા પાના પર અપાયેલ મેમરી તથા તેના દર્શનનો સાર સંતાયેલો છે.

- આપણે જે કાંઈ પણ વાંચીએ કે શીખીએ છીએ, જ્યારે તેનો સંબંધ આપણા શૈક્ષણિક તથા કારકિર્દીના લક્ષ્ય સાથે હોય છે. તો આપણી મેમરી વધારે પાક્કી થઈ જાય છે.
- જ્યારે આપણે જાણીએ છીએ કે આપણે આપણી પ્રાથમિક્તા અનુસાર કઈ રીતે શીખવાનું છે અને અભ્યાસની કઈ ટેકનીકો વાપરવાની છે તો આપણે જુદી-જુદી પરિસ્થિતિમાં પણ જાણકારી લેતા શીખી જઈએ છીએ.
- જ્યારે આપણે જાણકારીને સાચી રીતે સમજીએ છીએ તો એને યાદ રાખવી વધારે સરળ થાય છે. આપણે સારાંશ, પ્રશ્ન પૂછવા તથા દૃશ્યાત્મક ચિત્રોની મદદથી એ જાણકારી તથા જ્ઞાનને આપણા મનમાં ભરી દઈએ છીએ. એ બધી જાણકારી આપણા મનની ફાઈલોમાં સુરક્ષિત થઈ જાય છે અને આપણી મેમરીમાં વસી જાય છે.

મેમરી કઈ રીતે કામ કરે છે ?

માણસની મેમરી અથવા યાદદાસ્ત બે સ્વરમાં કામ કરે છે – શોર્ટ ટર્મ તથા લોંગ ટર્મ.

શોર્ટ ટર્મ મેમરી (અલ્પકાલીન મેમરી) : તમે એક પળમા જે વાત પર ધ્યાન આપો છો, તે તેના પર જ કેન્દ્રિત હોય છે. મોટાભાગના લોકો આપેલા સમયમાં ફક્ત કે વસ્તુઓની જાણકારી યાદ રાખી શકે છે, જેમ કે ફોન નંર ! કોઈપણ વાતને યાદ ને લાંબા સમય સુધી ટકાવી રાખવા માટે એને શોર્ટ ટર્મથી લોંગ ટર્મમાં બદલવી પડશે.

લોંગ ટર્મ મેમરી (દીર્ઘકાલીન મેમરી) : આમાં એ બધી જાણકારી સામેલ છે. જેને તમે યાદ રાખી શકો છો, આ ઘણી રીતે તમારો જ એક ભાગ છે. જો એકવાર કાંઈક તમારી લોંગ ટર્મ મેમરીનો ભાગ બની જાય તો તે લાંબા સમય સુધી તમારી

સાથે રહેશે.

શોર્ટ ટર્મ મેમરીને લોંગ ટર્મમાં બદલવાની બે રીત છે : રૉટ લર્નિંગ તથા સમજીને શીખવું. ર્શટ લર્નિંગ એટલે કોઈ વસ્તુને યાદ કરવા માટે વારંવાર બોલવું અથવા કહેવું. એમાં વધારે સમજની જરૂર પડતી નથી. જેમ કે પલાખા યાદ કરવા. સમજી વિચારીને યાદ કરવામાં એ બધી વાતો આવી જાય છે. જેના પરસ્પરના સંબંધને સમજવો પડે છે. કોઈ લેકચરને સાંભળીને તેના મુખ્ય બિંદુ યાદ કરવા કેમ કે તમે એને મુખ્ય વિષયના સંદર્ભમાં સમજો છો. શીખવા તથા મેમરીની બંને રીતો ઉપયોગી છે તથા અક્સર એક સાથે ઉપયોગ કરી શકાય છે. જેમ કે ઈતિહાસમાં તથ્યોને જોડીને યાદ કરવા પડે છે અને ઘણી જગ્યાએ સમજવા પણ પડે છે.

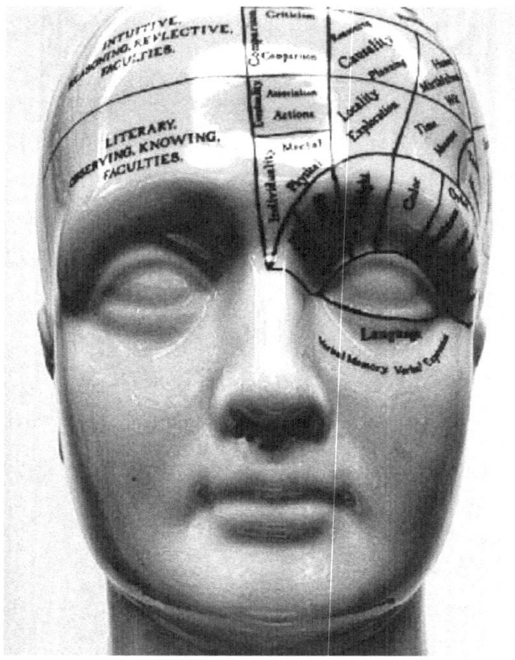

આપણે કેવી રીતે ભૂલીએ છીએ અને દોહરાવવા (રીવ્યૂ)નું મહત્ત્વ

અહીં ચાર મુખ્ય સિદ્ધાંત સામેલ છે :

1. **ફેડિંગ સિદ્ધાંત :** ફેડિંગ સિદ્ધાંત અનુસાર તમારા મનમાં પણ એ જ રીતે પગદંડીની છાપ બને છે, જે રીતે જંગલમાં વારંવાર ચાલવાથી પગદંડી બની જાય છે. જો તમે વારંવાર એ રસ્તા પર નહી ચાલો તો એને ગાયબ થતા વાર નહીં લાગે. ઠીક એજ પ્રમાણે જો તમે તથ્યોને દોહરાવશો નહી તો એને ભૂલી જતા વાર નહી લાગે.

પાઠ્યપુસ્તકની સામગ્રી કેવી રીતે થોડા દિવસ પછી ભૂલાતી જાય છે, એ વિશે એક અધ્યયન કરવામાં આવ્યું તો માલૂમ પડ્યુ :

1 દિવસ પછી	54% યાદ રહ્યું
7 દિવસ પછી	35% યાદ રહ્યું
14 દિવસ પછી	21% યાદ રહ્યું
21 દિવસ પછી	18% યાદ રહ્યું
28 દિવસ પછી	19% યાદ રહ્યું
63 દિવસ પછી	17% યાદ રહ્યું

લેક્ચર દરમ્યાન જે કાંઈ પણ સાંભળીએ છીએ. એને યાદ રાખવું એટલે પણ મુશ્કેલ હોય છે કેમ કે જો તમે નોટ્સ નથી લેતા તો એ વિષયને સમજવા તથા મનમાં વસાવવાની તક જ નથી મળતી.

એક સર્વેથી માલૂમ પડ્યું. વિદ્યાર્થી 14 દિવસ જૂના લેક્ચરના 90% થી વધોર મુદ્દા ભૂલી જાય છે.

આ અધ્યયનોથી નિષ્કર્ષ નિકળે છે :

- રિવ્યૂ એટલે દોહરાવ્યા વગર મનમાંથી બધું નીકળી જાય છે.
- કોઈપણ સામગ્રી વાંચવા કે સાંભળવાના 1-2 દિવસની અંદર દોહરાવવી ઉમદા હોય છે.

કોઈપણ ટેસ્ટ કે ક્વિજ માટે મેમરીને તાજી રાખવાનો ઉત્તમ રીત એજ છે કે, આ પ્રક્રિયાને ચાલૂ રખાય. જો તમે ટેસ્ટની એક રાત પહેલાં બધા રીવિજનની યોજના બનાવી છે. (લગભગ 28 દિવસ પછી ત્યાં સુધી તો તમે આ સામગ્રીનો 8% ભૂલી ગયા હશો અને તમારે ટેસ્ટની તૈયારી માટે ઘણી મહેનત કરવી પડશે.)

2. **રિટ્રીવલ (સુધાર) સિદ્ધાંત :** આ સિદ્ધાંત અનુસાર કોઈ તથ્ય ભૂલાતું નથી. બલ્કે મનની કોઈ બીજી ફાઈલમાં જતું રહે છે. આ બધી જાણકારી ત્યાં સ્ટોર થઈ જાય છે, પરિણામે તમને કશું પણ યાદ નથી આવતું. આ સમસ્યાઓ બચવાની એક જ રીતે છે કે, દરેક ફાઈલને એક નામ આપવામાં આવે. તમે અભ્યાસને નાના નાના ભાગોમાં વ્હેંચીને પણ મેમરી વધારી શકો છો.

3. **ઈંટર ફીયરેંસ (હસ્તક્ષેપ) સિદ્ધાંત :** તે સીમિત સ્થાનના સિદ્ધાંત પર આધારિત છે, જ્યારે પણ તમે કોઈ નવી જાણકારી સામેલ કરો છો તો નવી તથા જુની જાણકારીની વચ્ચે સંઘર્ષ થવા લાગે છે. તમારે વિચારોમાં તાલમેલ શોધવો પડશે. જેથી એને એક જ ફાઈલમાં રાખી શકાય. પોતાને પૂછો - "હું આ વિશે પહેલાંથી શું જાણું છું ?"

4. **ઈંટરેક્ટિવ ઈંટરફીયરન્સ (પ્રભાવી હસ્તક્ષેપ) સિદ્ધાંત :** જ્યારે તમે ઘણું બધું એક સાથે વાંચો છો તો એજ યાદ રાખો છો જે સૌથી સારૂં હતું અથવા પહેલાં આપવામાં આવ્યું હતું. બાકી બધું ગઈ-મોલ થઈ જાય છે. આના માટે જરૂરી છે કે, તમે એક જ વિષય એક વખતે વાંચો તથા તેને નાના ટૂકડાઓમાં વ્હેંચી લો.

તમારા શીખવા પર વલણની પણ ઘણી અસર થાય છે. જો વિષય નીરસ લાગ્યો તો તમે કોઈપણ જાણકારી ગ્રહણ કરવાની જ ના પાડી દેશો. આ જાતના હસ્તક્ષેપથી બચવા માટે વાંચતી વખતે લક્ષ્ય બનાવીને બેસો. આ લક્ષ્યોને દીર્ઘકાલીન લક્ષ્યો સાથે જોડો. જો આ લક્ષ્યો કારકિર્દી કે શિક્ષણના લક્ષ્યો સાથે જોડાયેલા હશે તો તમને મુશ્કેલમાં મુશ્કેલ અભ્યાસ પણ સહેલો લાગશે. કેમ કે એની જ મદદથી તો તમે લક્ષ્ય સુધી પહોંચી શકશો.

યાદ રાખવાના સૂત્ર

જો તમે નીચેના સૂત્રોનું પાલન કર્યું તો યાદ રાખવું ઘણું સરળ થઈ શકે છે. આ રીતે તમારી જાણકારીને લોંટ ટર્મ મેમરીમાં સામેલ કરી શકશો.

1. યાદ રાખવા માટે પસંદ કરો : રૂચિ લો, પૂરું ધ્યાન આપો. કશું શીખવા તથા જાણવાની ઈચ્છા પેદા કરો. તમે કશું શીખવા ઈચ્છો છો, આ તથ્ય ઘણું મહત્ત્વ ધરાવે છે. તેનાથી કશું પણ શીખવા કે યાદ રાખવાની ક્ષમતા વધી જાય છે.
2. માનસિક ચિત્રણ : જે કાંઈ પણ યાદ રાખવા ઈચ્છો તેનું માનસિક ચિત્રણ કરો. જે કાંઈપણ યાદ કરવું હોય, મનોમન એના ચિત્રની કલ્પના કરો તથા તેને થોડી ક્ષણ જુઓ. એકવાર એને જોયા પછી ભૂલવું મુશ્કેલ હશે.
3. સંબંધ સ્થાપિત કરો : જે જાણકારી તથા વિચાર પહેલેથી છે એને નવી જાણકારી સાથે જોડવાનો પ્રયત્ન કરો. આ રીતે એક શૃંખલા બનશે. એક એવી ફાઈલ બનશે જેને યાદ રાખવી તથા નામ આપવું સરળ થશે.
4. પોતાના શબ્દોમાં કહો : જે કાંઈ યાદ કરવા ઈચ્છો એને સમજ્યા પછી પોતાના શબ્દોમાં દોહરાવો. રિસર્ચથી ખબર પડી છે કે, જો તમે કોઈ વિષયને પોતાના શબ્દોમાં તૈયાર કરીને યાદ કરી લો છો તો તે ઘણી સારી રીતે યાદ થઈ જાય છે.

મેમરીના નિયમ

રૂચિ : મગજ અર્થ, મૂલ્ય તથા સંદર્ભને પ્રાથમિક્તા આપે છે. અર્થ જાણવા માટે પાઠને સમજવો પડશે. કશું પણ સારી રીતે સમજવા માટે તેમાં રૂચિ લો તથા

વિચારો કે તમારા જીવનના સંદર્ભમાં તેનું શું મૂલ્ય છે.

વલણ : તમારા વલણથી પણ એ ફરક પડે છે કે, તમને કશું યાદ રહેશે કે નહી. સૌથી પહેલાં તો તમારે સકારાત્મક વલણ અપનાવવું પડશે. કેવળ ધ્યાન દેવાથી બધું આવડતું નથી. તમારી અંદરથી શીખવાની ઇચ્છા પણ હોવી જોઈએ.

પૃષ્ઠભૂમિ : કોઈપણ નવા વિષયની જાણકારી એ વાત પર જ નિર્ભર કરે છે કે, તમે એને પોતાની સાથે કેટલું જોડી દો છો. તમે તમારી પાયાની જાણકારી જેટલી વધારશો એ પૃષ્ઠભૂમિ પર યાદ રાખવું એટલું જ સરળ હશે.

પસંદગી : તમારે નક્કી કરવું પડશે કે શું મહત્ત્વપૂર્ણ છે જેથી અભ્યાસના એજ ભાગો પર વધારે ભાર મૂકી શકાય.

સાર્થક સંગઠન : જો તમે વિચારોને સાર્થક શ્રેણીઓમાં વ્હેંચી શકો તો તમે સારી રીતે યાદ રાખી શકો છો તથા શીખી શકો છો.

બોલ બોલ કરીને વાંચવું : પોતાના શબ્દોમાં પાઠને બોલ-બોલ કરીને વાંચો તેનાથી તમને એ જ સમયે ફીડબેક મળશે અને બધું યાદ થતું જશે.

માનસિક ચિત્રણ : મન ચિત્રોને બહુ જલ્દી સમજે છે તથા યાદ રાખે છે તમે માનસિક ચિત્ર બનાવતી વખતે મનના જુદા ભાગનો ઉપયોગ કરો છો જે વાંચવા - લખવાવાળા ભાગથી તદ્દન અલગ હોય છે.

એસોસિએશન : જ્યારે તમે પરિચિત વસ્તુઓમાં સંબંધ સ્થાપિત કરો છો તો મેમરી બને છે તમને પોતાને પૂછવું જોઈએ કે તેને પરિચિત કઈ જાણકારી તમારી પાસે છે ?

અભ્યાસ : અભ્યાસના લાંબા કલાકોના અભ્યાસને નાના ભાગોમાં વ્હેંચવા બહુ ફાયદાકારક હોય છે. બ્રેક પછી ફરી અભ્યાસથી મન તાજું થઈ જાય છે.

મેમરીમાં સુધારાની 10 ટિપ્સ

તમે પણ મેમરીમાં સુધારાની કેટલીક રણનીતિઓ અપનાવવા ઇચ્છશો. અમારી પાસે ઘણી અજમાવેલી ટેકનીકો છે. આનાથી મેમરીમાં સુધારો થાય છે તથા જાણકારીને લાંબા સમય સુધી સ્મૃતિમાં રાખવાની ક્ષમતા વધે છે.

1. **પાઠ્ય સામગ્રી પર ધ્યાન કેન્દ્રિત કરો :** મેમરીમાં ધ્યાન શબ્દ બહુ મહત્ત્વ ધરાવે છે. તમારે જાણકારી પર પૂરું ધ્યાન આપવાનું છે. કોઈ એવી જગ્યાએ બેસીને વાંચો, જ્યાં ઘોંઘાટથી ધ્યાન ન તૂટે.
2. **નિયમિત વાંચન :** નિયમિત રીતે વાંચવાની ટેવ પાડો. સર્વથી માલૂમ પડ્યું છે કે, એક જ વારમાં બધું તૈયાર કરનારા વિદ્યાર્થીઓને બદલે એ વિદ્યાર્થીઓ સારું પ્રદર્શન કરી શકે છે. જે વાંચનને નિયમિત રીતે ચાલુ રાખે છે.

3. **જાણકારી વ્યવસ્થિત હોય :** તમારે તમારી જાણકારીને સંગઠિત કરીને એક ઢાંચામાં રાખવી પડશે. એક સરખા વિષયને એક સાથે વાંચવાની કોશીશ કરો, નોટ્સની રૂપરેખા તૈયાર કરો તથા પાઠ્યપુસ્તકની મદદ લો.

4. **નિમોનિક યંત્રોની મદદથી જાણકારી યાદ રાખો :** આ એક એવી ટેકનીક છે જે વિદ્યાર્થીઓને યાદ કરવામાં મદદ કરે છે. ઉદાહરણ તરીકે તમારે ટર્મને કોઈ જાણીતા શબ્દ સાથે જોડવું પડશે. સારા નિર્માવિક એજ હોય છે. જેમાં કલ્પના, હાસ્ય તથા નવીનતાનો મેળ હોય છે. તમે કોઈ ધૂન, ગીત અથવા ઉખાણાની મદદથી કોઈ વિષય યાદ રાખી શકો છો.

5. **વિસ્તૃત કરો :** જે પણ જાણકારી લાંબા સમય માટે યાદ રાખવી હોય એને વિસ્તારથી દોહરાવો જેમ કે કોઈ ટર્મની વ્યાખ્યા યાદ રાખવી હોય તો તેને વિસ્તારથી પણ વાંચી લો. જેથી વ્યાખ્યા સહેલાઈથી યાદ રહી જાય. આજ પ્રક્રિયાને થોડા સમય સુધી દોહરાવવાથી જાણકારી લાંબા સમય સુધી સ્મૃતિમાં સુરક્ષિત રહી જશે.

6. **માનસિક ચિત્રણ :** જાણકારીનું માનસિક ચિત્રણ કરવા માટે પુસ્તકમાં આપેલા ચિત્રો, ગ્રાફ તથા ચાર્ટની મદદ લો. જો ત્યાંથી કોઈ સૂત્ર ન મળે તો એને મનોમન જાતે તૈયાર કરો. પોતાની નોટ્સના ખૂણામાં પણ આવું જ ચિત્ર તથા ગ્રાફ તૈયાર કરી લો. જેથી એને સરળતાથી યાદ કરી શકાય.

7. **કોઈ બીજાને શીખવો :** તમે જ્યારે પણ કોઈ બીજાને શીખવો છો તો તે હંમેશા માટે તમારા મનમાં વસી જાય છે. શિક્ષાવિદ તથા મનોવૈજ્ઞાનિકો એ પણ અભ્યાસ પછી એ જ નિષ્કર્ષ કહ્યું છે. તમે તમારા અભ્યાસમાં આ ટેકનીકનો ઉપયોગ કરો. મિત્રો તથા સહાધ્યાયીને નવો વિષય શીખવો.

8. **અઘરી જાણકારી માટે અધિક ધ્યાન :** તમે ધ્યાન આવ્યું કે, પાઠનો આરંભ કે અંત સમજવો કેટલું સરળ છે. સર્વથી માલૂમ પડે છે કે, જાણકારીની સ્થિતિનો પણ ઘણી અસર પડે છે. એને 'સીરિયલ પોજીસન ઈરેક્ટ' કહે છે, જ્યારે વચ્ચેની જાણકારી સમજવી મુશ્કેલ થઈ રહી હોય તો એને પહેલાં તથા છેલ્લા ભાગની સરખામણી એ વધારે સમય આપો.

9. **અભ્યાસના રૂટીનમાં પરિવર્તન :** સમય-સમય પર અભ્યાસના રૂટીનમાં પરિવર્તન કરો. અભ્યાસની જગ્યામાં પણ પરિવર્તન કરો. જો સાંજે કાંઈ વાંચ્યું છે તો પહેલાં આગલી સવારે થોડી મિનિટો સુધી એને દોહરાવી લો. વાંચનની દિનચર્યામાં નવીનતા લાવવાથી તમારા પ્રયત્નો પહેલાં કરતાં વધશે અને લોંગ ટર્મ મેમરી પણ પ્રાપ્ત કરી શકશે.

• • •

22

પરીક્ષામાં શ્રેષ્ઠ પ્રદર્શન

કોઈપણ પ્રકારની પરીક્ષાઓ બિહામણી હોઈ શકે છે. જો તમે યોગ્ય રીતે તૈયારી કરો તો આ ડર પર કાબૂ મેળવી શકો છો.

જો આ વિશે કોઈ સૂચના આપવી હોય તો તે હશે :

પોતાના અભ્યાસને લગાતાર ચાલુ રાખો. જો તમે વધોર જીનીયસ નથી તો એવું બની શક્તું નથી કે વાંચ્યા વગર જ સારો ગ્રેડ મળી જાય. જો તમે સખત મહેનત કરો છો અને કોર્સ પર પૂરતું ધ્યાન આપો છો, તો આ રિવીઝન તમારા માટે મુસીબત નહીં બને.

બધું જ સરળ બનાવી દે

પુસ્તક વાંચતી વખતે જ તમે તમારા માટે બધું જ સરળ બનાવી દો છો. વાંચતી વખતે કાંઈ ન સમજાઈ તો તેના પર નિશાન કરો. ચૂપચાપ મુર્ખોની જેમ ચિંતા કર્યા વગર જ્યાં જરૂરી સમજો ત્યાં પ્રશ્ન પૂછો.

શરુઆતમાં જ કોઈ રીત કે પદ્ધતિને યોગ્ય રીતે સમજવાનો અર્થ હશે કે તમે તેના પર તમારી પકડ બનાવી લીધી છે. જો કોઈ વિષય તમને અઘરો લાગે તો તમારે તેની નોટ્સ પણ બનાવવી જોઈએ. એને એક સાથે પરોવી લો. જેથી રિવીઝન વખતે ભૂલો નહીં. લખવાથી, અડધી નોટ્સ તો આમેય યાદ રહી જાય છે.

પ્રયત્ન કરો કે બધું કામ સમયસર પૂરું થઈ જાય અને વિષય પર સારી પકડ બની રહે. આ રીતે રિવીઝન પહેલાં જ સારી તૈયારી થઈ ગઈ હશે.

તમે વિષયની પૂરી જાણકારી સાથે રિવીઝન કરશો અને તમને તમારી શક્તિ અને નબળાઈઓનો પહેલેથી જ ભાન હશે.

તમારી પાસે એ બધા ઉપાયોની યાદી પણ હશે જે તમારા માટે મદદરૂપ બની શકે છે.

આ રીતે તમે રિવીઝનના સમયનો ભરપૂર ઉપયોગ કરી શકશો.

રિવીઝન ટાઈમ-ટેબલ

સૌથી પહેલાં તો યાદ રાખો, તમારે એટલું રિવીઝન ન કરવું જોઈએ. જેની પરીક્ષામાં પ્રદર્શન પર ખરાબ અસર પડે.

તમારે ઘણી સાવધાનીથી પોતાની ગતિ વધારવી પડશે. એના માટે જરૂરી છે કે, તમે પહેલેથી જ તૈયારી કરો. વાંચવાના કારણે તમારી નિંદ્રા ચક્રમાં પણ ખલેલ થવી ન જોઈએ.

પરીક્ષાના દિવસે તમારું તાજગીપૂર્ણ ઉઠવું જરૂરી છે. જેથી તમે બેવકુફો જેવી ભૂલો ન કરો અને પૂરતી એકાગ્રતાથી પરીક્ષા આપી શકો. પેપર પહેલાં પણ પૂરી ઊંઘ લો. જેથી રિવીઝન કરતી વખતે થાક ન અનુભવો. રિવીઝન ટાઈમ-ટેબલ માટે નિમ્નલિખિત સૂચનો લો :

- તમારો લાભ વાસ્તવિક હોય. એક દિવસમાં 12 કલાક રિવીઝનનું લક્ષ્ય ન બનાવો.
- દરેક અડધા કલાક પછી બ્રેક અવશ્ય લો.
- કોઈપણ કામ પૂરું થતા પોતાને ઈનામ આપો, જેમ કે કોઈ ટી.વી. પ્રોગ્રામ કે પછી સ્વાદિષ્ટ ચોકલેટ
- કસરત કરવાનું ન ભૂલો - સ્વસ્થ શરીર, સ્વસ્થ મન :
- દરેક વિષય પર પૂરતું ધ્યાન આપો. નબળા વિષયને થોડો વધારે સમય આપો પણ કોઈ ખાસ વિષયની ઉપેક્ષા ન કરો.
- પરીક્ષાના થોડા સપ્તાહ પહેલાં જ રિવીઝન શરું કરી દો.
- રાત્રે એક કલાક કામ કરવા બેસો અને ધીરે-ધીરે એને વધારીને ઘણા કલાક સુધી લઈ જાવ.

  પોતાના ટાઈમ-ટેબલનું કઠણાઈથી અમલ કરો.

પહેલાં પહેલાં દરેક વિષયને અડધો કલાક આપો. પછી એને વધારીને એક કલાક સુધી લઈ જાવ. આ રીતે રિવીઝન વધારે ઊંડું થવુ જશે.

જો રિવીઝન માટે ઘણા વિષય હોય તો એક દિવસમાં એકથી વધારે વિષયનું રિવીઝન કરો. જેથી તમે તાજા રહો અને વાંચવામાં રૂચિ બની રહે. ટાઈમ-ટેબલ પ્રમાણે ચાલવાથી રિવીઝન સરળ તો થાય જ છે. દરેક વિષયના ઉંડાણમાં જવાની તક પણ મળે છે.

એવું ટાઈમ-ટેબલ બનાવો જે તમારા માટે આરામદાયક પણ હોય, ટાઈમ-ટેબલ એવું હોય જે તમારું અંગત હોય, તમે તેની સાથે પ્રસન્ન રહી શકો. જેથી અમે ટાઈમ-ટેબલ બનવવાના કોઈ કડક નિયમ નથી આપ્યા.

રિવીઝન ટેકનીકો

મોટાભાગના લોકો રિવીઝન કરતી વખતે અલગ-અલગ ટેકનીકો દોહરાવે છે. કેટલાક લોકે જે ટેકનીક સારી લાગે છે બની શકે કે બીજા લોકોને તે એટલી પસંદ ન આવે.

બે ખાસ પદ્ધતિઓ છે – લખીને રિવીઝન કરવું, માનસિક રિવીઝન કરવું.

મોટાભાગના લોકો રિવીઝન કરતી વખતે નોટ્સ લેવાનું પસંદ કરે છે પણ કેટલાક લોકો મનમાં જ રિવીઝન કરે છે. તેઓ જૂની નોટ્સ વાંચીને મનોમન દોહરાવે છે.

ઘણા ખરા લોકો થોડું ઘણું રિવીઝન માટે બીજી રીત વાપરે છે, જેનાથી તેઓ મનોમન સ્પેલિંગ પણ યાદ કરી લે છે, જ્યારે પહેલી રીત ત્યાં કામ આવે છે જ્યાં ગંભીર પ્રકારની પરીક્ષા માટે ઘણું બધું રિવીઝન કરવાનું હોય.

માનીકિ રીત પહેલી રીત કરતા વધારે ઝડપથી કામ કરે છે કેમ કે લખવાથી તૈયારીની પ્રક્રિયા ધીમી થઈ જાય છે.

જો કે આ રીત બધા લોકોને કામ નથી આવતી કેમ કે તેમાં પહેલી ટેકનીકને બદલે ઘણી વધોર એકાગ્રતા જોઈએ, લખવાથી એક એક શબ્દ તમારા મનમાં અંકિત થઈ જાય છે.

લખવાને બદલે માનસિક તૈયારી કરનારી રીત ઘણી ઊંડી હોઈ શકે છે અને જ્યારે ઘણા બધા કામના રિવીઝનની વાત આવે છે તો મનની ક્રિયાશીલતાને વધારવી પડે છે. જેથી તે નાનામાં નાની વાત યાદ કરી શકે.

જો તમે આવું કહી શકો તો સારી વાત છે પણ અમે તો એજ સૂચન કરીશું કે તમે માનસિક તૈયારીની સાથે સાથે થોડું રિવીઝન લેખિત રૂપમાં પણ કરો. આ રીતે કેટલાક વિષય માનસિક તૈયારીથી તૈયાર થઈ જશે અને કેટલાક લેખિત રિવીઝનથી....

મોટાભાગના લોકો 'અભ્યાસ'ના કારણે પણ પહેલી ટેકનીકનો ઉપયોગ કરે છે. આ રીતે વાંચવાની સાથે સાથે અભ્યાસ પણ થઈ જાય છે.

ગણિતમાં તો એવું જ કરવું પડે છે - અહીં કેવળ નોટ્સ લેવાથી વાત બનતી નથી, તમારે દરેક વિષયનો અભ્યાસ કરવોપ ડશે, અહીં રિવીઝનની સૌથી સારી ટેકનીક આજ છે. સવાલ તપાસતી વખતે તમને પોતાની શક્તિ અને નબળાઈઓની પણ ખબર પડી જશે.

પહેલી રીતમાં થોડો ઘણો ડર એ હોય છે કે, તમે લાપરવાહીથી બહુ લખો છો અને એને જ રિવીઝન માની લો છો. થોડા જ કલાકોના રિવીઝન પછી તમને લાગવા લાગે છે કે જરા પણ અભ્યાસ નથી થયો અને ઘણા કલાકો બરબાદ થઈ ગયા.

તમારે આ વિચારના જાવામાં ફસાવાનું નથી. એનાથી કોઈપણ કિંમતે બચવાનું છે.

સારાંશમાં

- પૂરી એકાગ્રતા સાથે નોટ્સ બનાવો.

- લાંબા સમય સુધી રિવીઝન ન કરો. લગાતાર ઢગલાબંધ જાણકારી લખવાથી બચો.
- સમજી વિચારીને જ લખો.
- વિષયના મહત્ત્વના હિસાબે અલગ રંગો તથા હાઈલાઈટરનો ઉપયોગ કરો.
- રિવીઝન પછી, તેના પર બીજીવાર નજર કરો, તમારી મેમરીમાં સંઘરવાનો પ્રયત્ન કરો.
- નોટ્સને ફાઈલ કરો જેથી તે ખોવાઈ ન જાય, તે પરીક્ષાના થોડા દિવસ પહેલાં ફાઈનલ રિવીઝનમાં પણ કામ આવનાર છે.

મેમરી ટેકનીકો

અમે ન તો મેમરી વિશેષજ્ઞ છીએ અને ન તો એવો કોઈ દાવો કરીએ છીએ. અમે કેવળ એજ જાણીએ છીએ જે અમારા બીજા વિદ્યાર્થી માટે યાદ કરતી વખતે ઘણું અસરકારક રહ્યું.

અમે તમને એ બધું નથી બતાવવા જઈ રહ્યા કે એક એક રીત બીજી રીતથી અસરકારક કેમ રહી. અમે કેવળ એ ટેકનીકો બતાવીશું જે ખરેખર તમારે કામ આવી શકે છે.

મેમરીના પ્રકાર

મોટાભાગની મેમરીને શોર્ટ ટર્મ અને લોંગ ટર્મ મેમરીમાં વ્હેંચે છે.

શોર્ટ ટર્મ મેમરી 30 સેકંડથી વધારે ટકતી નથી અને લોંગ ટર્મ મેમરી હંમેશાં માટે હોય છે.

ઘણા લોકોનું માનવું છે કે, મેમરી ફક્ત એક રીતની હોય છે. આપેલા કેટલી ઊંડાઈથી જાણકારીની ને અપનાવીએ છીએ, તે મેમરી એટલી જ ઊંડી હોય છે.

મેમરી પાછળ કામ કરનારા સિદ્ધાંત આપણી મદદ નથી કરી શક્તા. આપણે તો એ જોવાનું છે કે કઈ ટેકનીક આપણે કામ આવી શકે છે.

આમ આશ્ચર્યની વાત છે કે, મેમરીને બુદ્ધિમતા સાથે કોઈ સંબંધ નથી દેખાતો.

ભલે તમે પોતાને દુનિયાનો સૌથી શ્રેષ્ઠ વ્યક્તિ ન માનો પણ છતાં તમારી મેમરીનો તેજ કરી જ શકો છો.

તમે આ મેમરી ટેકનીકોમાં બદલાવ તો નથી લાવી શક્તા પણ પોતાના ક્ષેત્રના હિસાબે એની ધારતો તેજ કરી જ શકો છો. અહીં નિમ્નલિખિત સૂચનો તમારા કામમાં આવી શકે છે –

તમારે શરુઆતથી જ દિનચર્યા બનાવવા તથા વ્યવસ્થિત રહેવાની આદત કેળવવી પડશે.

સૌથી પહેલાં એટેન્શન (ધ્યાન)ની વાત કરીશું. જો તમે કરાનારા કામ પર પૂરું ધ્યાન નથી આપતા તો એ યાદ નહીં રાખી શકો કે તમે શુ કરી રહ્યા હતા.

બપોર પછી રિવીઝન કરો, જ્યારે તમે પોતાને તાજા અનુભવો (આમ દરેકને પોતાના સારા સમયની ખબર હોય છે) એ સમયે કામ કરવાની ક્ષમતા બેવડી હશે.

તમારે આરામદાયક પણ અનુભવાતું છે પણ એટલા પણ નહીં કે પોતાનું ધ્યાન પણ એકાગ્ર ન કરી શકો અને આરામના મૂડમાં આવી જાવ.

તમારે તણાવની દરેક મારથી બચવું પડશે કેમ કે આજ યાદદાસ્ત ભૂલવાનું કારણ બને છે.

વાતોને યાદ રાખવા માટે એમને મનના સાચા ખાનમાં બેસાડવાનું હશે.

એક સાચી સિસ્ટમ મેળવવા ઇચ્છો છો. તો કલાકખાનાથી છૂટકારો મેળવો. તમારે થોડા ચૂજી બળવું પડશે - તમે નહીં ઇચ્છો કે મનમાં બેકારની વાતો ભરેલી રહે.

તમે બધી જાણકારીને વ્યવસ્થિત રાખવા માટે ફાઈલ કે ડાયરીનો ઉપયોગ કરી શકો છો, જ્યારે કાંઈ ભૂલવાની વાત આવે તો તમે એની મદદ લઈ શકો છો.

ખાસ બિંદુઓ પર નિશાન લગાવો

કેટલાક ખાસ બિંદુઓને હાઈલાઈટ પણ કરી શકો છો. આ રીત પણ ઘણી અસરકારક બની શકે છે.

તમારે અહીં પણ થોડું ધ્યાન આપવું પડશે. બધું હાઈલાઈટ કરવાથી વાત નહીં બને. વાંચ્યા પછી જે કાંઈ પણ મહત્ત્વનું લાગે, એને જ હાઈલાઈટ કરો.

આ મેમરીનું સારું સાધન છે. એ જ રીતે બધા ખાસ બિંદુ પણ હાઈલાઈટ કરી

શકાય છે.

ઘણા લોકો મેમરી પ્રમાણે બે-ત્રણ રંગોનો ઉપયોગ કરવાનું પસંદ કરે છે.

તમે પણ કોઈ ક્રમવાર ઉત્તરને યાદ કરતી વખતે અલગ-અલગ રંગોની પેન વાપરી શકો છો.

જો તમે પાકિસ્તાન, ઓસ્ટ્રેલિયા તથા ભારતના ક્રિકેટ ખેલાડી યાદ રાખવા માંગતા હોતો તમને સૂચન હશે.

લીલો - શોએબ અખ્તર

પીળો - રિકી પોન્ટિંગ

વાદળી - સચિન તેંદુલકર

આ રંગ એ ખેલાડીઓના પોશાકના હિસાબને કારણે નક્કી કરવા છે, જે તેઓ આંતરાષ્ટ્રીય નિયમો પ્રમાણે ક્રિકેટના મેદાનમાં પહેરે છે એટલે એને યાદ રાખવા પણ સહેલા છે.

મેમરી માટે તમે 'એસોસિએશન' પણ કરી શકો છો. કોઈપણ જટિલ વિષયને અલગ યાદ ન કરો, તે મુશ્કેલ બની શકે છે.

હંમેશા મળેલી એવી વસ્તુ સાથે જ એસોસીએશન કરો. જેને તમે પહેલેથી જ જાણતા હો, જે વિષય વસ્તુ સાથે કોઈને કોઈ રીતે જોડાયેલ હોય.

સાર્થક તથા ઉપયોગી મેમરી ટેકનીકો. તમારી યાદ કરવાની ક્ષમતા વધારી શકે છે. સાચી મેમરી ટેકનીકની પસંદગી ઘણી મદદરૂપ બની શકે છે.

• • •

23

પ્રેરણા તથા પ્રોત્સાહન

કોઈપણ વિદ્યાર્થીની સફળતા માટે જરૂરી છે કે તે પોતાને પ્રેરિત તથા પ્રોત્સાહિત કરે, જ્યારે તમે પ્રેરક ટેકનીકો અપનાવશો તો તમને પોતાના શિક્ષણ પર નિયંત્રણ રાખવું આવડી જશે.

તમારે દરરોજ નિયમિત પણે વાંચવા બેસવું પડશે. એટલા પાછળ ન રહી જાવ કે દરેક ટેસ્ટ પહેલાં આખુ પુસ્તક વાંચવું પડે. દરરોજનું થોડુ-થોડું વાંચન પણ ઘણું મહત્ત્વ ધરાવે છે. અધ્યાપક જે પણ કામ આપે તેજ સાંજે તેને પૂરું કરવાની યોજના બનાવો. એને એકદમ દૂર રાખવાને બદલે જાણવાની કોશીશ કરો કે એને પૂરું કરવા માટે તમારે કઈ અને કેવી જાણકારીની જરૂર પડશે.

જાણવાનો પ્રયત્ન કરો કે, તમે વાંચવા કેમ માંગો છો ? બની શકે કે તમે વિષયને સમજવા ઇચ્છો છો અથવા પછી કોઈ ડિગ્રી જ મેળવવા ઇચ્છો છો, જ્યારે જાણવું પડશે કે તમ કેમ આગળ વધી રહ્યા છો. સૌથી મોટા પ્રેસ તો તમે પોતે છો. જો તમે જાણી શકો કે, તમે કશું કેમ ઇચ્છો છો. તો તમે એને મેળવવા માટે વધારે કેન્દ્રિત થઈ શકો છો.

આ રીતે તમે સોંપાયેલા કામ તથા લક્ષ્યોને સરળતાથી નાના ટૂકડાઓમાં વ્હેંચી શકશો, જ્યારે પણ વાંચવા બેસો તો કોઈ લક્ષ્ય પસંદ કરી લો. જેમ કે તમે પાંચ પાના કે ત્રણ પેરેગ્રાફ વાંચો. આખું એસાઈનમેન્ટ નાના ભાગોમાં વ્હેંચવાથી તમને વધારે ભાર પણ નહીં લાગે અને તમને બીજું કામ કરવાની તથા વાંચવાની પ્રેરણા પણ મળશે.

સૌથી મોટું પ્રેરકબળ એ પણ છે કે, તમે સોંપાયેલા કામને ન ટાળો, જ્યારે પણ બની શકે લક્ષ્ય પૂરું કરી દો. એક કામ પૂરું થતા જ બીજાની યોજના બનાવી લો, જેથી આગલું લક્ષ્ય સાફ દેખાવા લાગે.

ઘણીવાર કોઈ મિત્ર કે સલાહકાર પાસેથી કામ વિશે ચર્ચા કરવાથી મદદ મળે છે. ત્રીજી વ્યક્તિ તમને કામ માટે સારી રીતે પ્રોત્સાહિત કરી શકે છે.

કોઈપણ સફળ વ્યક્તિને પૂછો કે એને કોણે પ્રેરિત કર્યા તો તેનો એક જ જવાબ હશે, 'લક્ષ્ય', સફળતા તથા પ્રોત્સાહન માટે લક્ષ્ય નિર્ધારણ બહુ મહત્ત્વ ધરાવે છે. તો તમને કોણ પ્રેરિત કરે છે ? તમે કૉલેજમાં કેમ છો ? જો તમે કેવળ માતા-

પિતાની મરજીથી કૉલેજમાં છો તો પોતાને પ્રેરિત કરવું મુશ્કેલ થશે. તમારી પ્રેરણા એ પણ હોઈ શકે છે. ગ્રેજ્યુએટ થતા કામો મળશે કે ગ્રેજ્યુએટ નહીં થાવ તો કાર નહીં મળે. પણ સાચી પ્રેરણા તથા પ્રોત્સાહન પોતાની અંદરથી પેદા થાય છે અને એ જ મહત્ત્વ રાખે છે.

તમને થોડી બુદ્ધિમતા, જાણકારી, આયોજન કૌશલ્યની નિશ્ચિત રીતે જરૂરિયાત હશે પણ પ્રેરણા નહીં હોય તો તમે વધારે દૂર સુધી નહીં જઈ શકો. એક ઉદાહરણ લો. તમારી પાસે એક એવી કાર છે જેમાં બધું ઈંધણ, શ્રેષ્ઠ એન્જિન તથા ટાયર છે, સી.ડી. સિસ્ટમ છે તથા સ્લીક લૂક છે આ રીતે એમાં ઘણી ખૂબિઓ છે પણ જ્યાં સુધી ડ્રાયવર યોગ્ય જગ્યાએ બેસીને આવી નહીં લગાવે અને એન્જિન ચાલૂ નહીં કરે તો કાર નહીં ચાલે. તમે સાચું સમજમાં - અહીં 'ચાવી' જ તો પ્રેરકબળ છે.

કોઈપણ વિદ્યાર્થી માટે રૂચિ એક મહત્ત્વપૂર્ણ પ્રેસ હોય શકે છે. એનામાં કાંઈક શીખવાની ઈચ્છા હોવી જોઈએ. આ બંનેના મેળથી સફળતા જન્મ લે છે. સફળતાથી પણ વધારે રૂચિ તથા કાંઈક શીખવાની લાલચ પેદા થાય છે. પોતાના લક્ષ્ય તરફ વધવાનું પ્રોત્સાહન મળે છે.

પોતાની સાથે ઈમાનદારી રાખો. શું તમે ખરેખર કૉલેજ જવાની ઈચ્છા રાખો છો ? શું તમે પોતાને માટે વાસ્તવિક લક્ષ્ય પસંદ કર્યા છે ? તમે તમારી અંદર પ્રેરણા કેવી રીતે પેદા કરશો ? જ્યારે પણ પ્રેરણા તથા પ્રોત્સાહનની વાત આવે છે તો 'જાણવું', 'કરવા' જેટલું 'મહત્ત્વપૂર્ણ' નથી હોતું.

બધા સંશોધનોના હોવા છતાં સૌથી ખાસ વાત એજ છે કે, તમે કેટલી ક્ષમતા તથા યોગ્યતાથી, યોગ્ય સમયે તેનો સદુપયોગ કરી શકો છો. કોઈપણ તમારા માટે આ કામ કરી શક્તું નથી, એ જ રીતે એનું ફળ પણ કેવળ તમને જ મળનારું છે.

તો સૌથી પહેલાં પોતાને પૂછો - શું મારા અભ્યાસની ટેકનીક પ્રભાવી છે ? શું મેં ઉપર્યુક્ત ઉદ્દેશ્ય તૈયાર કર્યા છે ? શું હું અભ્યાસમાં પાછો પડી રહ્યો છું ? શું હું પૂરતી કોશીશ કરી રહ્યો છું ? શું મારે અભ્યાસની રીત શીખવી જોઈએ ? આ યાંત્રિક તથા સંગઠનાત્મક કૌશલ્યોને શીખવાથી મદદ મળશે.

ઘણીવાર લોકો કાંઈક એવા કારણોનીલીધે પ્રેરણા તથા પ્રોત્સાહન નથી લઈ શક્તા, જેને વ્યાખ્યાયિત નથી કરી શકાતા. તમારે કૉલેજનું અને બાહ્ય જીવન લે અલગ-અલગ વાતો નથી, તેઓ પરસ્પર જોડાયેલા છે. જો બાહ્ય જીવન યોગ્ય રીતે ચાલી ન રહ્યું હોય તો કૉલેજના જીવન પર પણ આની અસર પડવી સ્વાભાવિક છે. ઘણી પ્રભાવી અભ્યાસ ટેકનીક ન હોવાને કારણે પણ પ્રેરણાની ઉણપ રહી જાય છે.

જો તમારો અભ્યાસ ટેકનીક મજબૂત તથા પ્રભાવી છે અને છતાં પણ વાત નથી બની રહી તો સલાહકાર પાસે મદદ લેવામાં સંકોચ ન કરો.

એક નજર...

તમારે સત્ર દરમ્યાન પણ પોતાની અભ્યાસ ટેકનીકની તપાસ કરવી પડી શકે છે.

બની શકે કે તમને પાછલી ઉણપોનું ભાન હોય અને તમે એને સુધારવાનો સંકલ્પ કરો.

... અને આવનાર ફાઈનલ ટર્મ પર પણ નજર દોડાવો, ગભરાવ નહીં ! ભૂલ સુધારા પછી. તમારી ગાડી, પાટ પર વધારે ઝડપથી દોડશે. આ બધા કામમાં બે કલાકથી વધારે નહી લાગે અને તમે નવી ઉર્જા, રૂચિ તથા ઉમંગથી ભરાઈ જશો. સફળતા મેળવવા માટે આ બધું જ તો જોઈએ.

1. પોતાને પ્રોત્સાહિત કરો

જરા પાંચ મિનિટ ધ્યાન આપો કે તમે કોઈ કોર્સમાં સફળતા કેમ મેળવવા માંગો છો ? બહુધા આપણે કોઈ એક જ કારણ પર વિચાર કરવા લાગીએ છીએ. પણ અભ્યાસના મામલામાં અભ્યાસ ચાલુ રાખવાના અનેક કારણ હોઈ શકે છે.

શું ખરેખર જ કોઈ કોર્સ રોચક તથા તમારા જીવનના પાસાઓ સાથે જોડાયેલો છે ? આ અભ્યાસ તમને લક્ષ્યો તરફ વધુ સારી રીતે લઈ જઈ શકશે ? શું તમે

એને બીજા સાથે વ્હેંચી શકશો ? અથવા કુટુંબ, કામકિર્દીમાં મદદ માટે ઉપયોગ કરી શક્શો ?

કોપીના પાના પર બધા ફાયદા, લાભ તથા પુરસ્કાર લખો. પછી એ બધાનું માનસિક ચિત્રણ કરો. સારુ થશે આમાંથી ખાસ બિંદુઓને મોટા ટાઈપમાં પ્રિંટ કરીને પોતાના મેજ કે અભ્યાસના સ્થળે આસપાસ રાખો.

બીજા પેજ પર એ બધી વાતો લખો. જે તમારી પ્રેરણામાં વિઘ્ન બની રહી છે મનોમન સંકલ્પ કરો કે તમે એ વાતો પર ચિંતા કરીને સમય નષ્ટ નહી કરો.

2. પોતાને ફરીથી વ્યવસ્થિત કરો

પોતાને ફરીથી વ્યવસ્થિત કરવાની કોશીશ કરો જેથી અભ્યાસ તથા બાકી કામો માટે પર્યાપ્ત સમય મેળવી શકાય.

શું તમારી પાસે અભ્યાસનું યોગ્ય સ્થાન તથા પર્યતત સાધન છે ? તેમાં તમે સજાવટ તથા સંગીત જેવા ભાવનાત્મક સમર્થન પણ સામેલ કરી શકો છો.

3. પોતાને માટે મદદ માંગો

જો સાચ્ચે જ કોઈ મુશ્કેલી છે તો તમારા અધ્યાપક તથા બીજા વિદ્યાર્થીઓ પાસેથી મદદ લો. કોર્સના વિષયમાં મદદ કરવા માટે જ અધ્યાપક નિયુક્ત કરવામાં આવ્યા છે. તેઓ ચોક્કસ તમને કામની સલાહ આપી શકે છે. ઘણા જૂના વિદ્યાર્થીઓની સલાહ પણ કામમાં આવી શકે છે.

મદદ માંગવી, નબળાઈની નિશાની નથી. "સ્ટીડી માટે કોઈ દોસ્ત કે સમુહની મદદ વગર કોઈપણ સફળ નથી થઈ શક્તું" હાવર્ડના મેડીસન, બિઝનેસ તથા લો વ્યવસાયિક સ્કૂલોના પ્રમુખ આ જ કહે છે. બીજા મોટા વિદ્યાર્થીઓ પાસેથી મદદ લો. તેમના અભ્યાસ તથા અનુભવનો ફાયદો લો. પછી આ જ અનુભવ બીજા વિદ્યાર્થીઓ સુધી પહોંચાડો.

4. પોતાની શૈલીનો ઉપયોગ

શું તમારી અભ્યાસની અંગત શૈલી અધ્યાપક કે કૉલેજની શૈલીથી અલગ છે? તો તમે પોતાની શૈલીને બીજાઓના અનુભવોથી સમૃદ્ધ તથા જીવંત કરી શકો છો. જો તમને વાંચવાને બદલે સાંભળવું પસંદ છે તો શું ત્યાં ટેપ છે ? જો તમે ચર્ચાને બદલે કાર્યવાહીમાં વિશ્વાસ રાખો છો તો શું એના માટે બીજા સમૂહ

તૈયાર છે ?

5. મન સક્રિય કરો

ઘણીવાર તમારું મન ભટકે છે અને તમે બોરિયત અનુભવ કરો છો. કેમ કે તમારા મનને પૂરી રીતે પડકાર નથી મળી શક્તો. જો તમે પોતાના મનનો સક્રિય રાખો તો તે તમારી ઉમ્મીદ કરતાં ક્યાંય વધારે ક્ષમતાનું પ્રદર્શન કરી શકે છે.

ખાસ વિષયોમાં પૂરી રૂચિ લો. સામગ્રીને સમજવા માટે આલોચનાત્મક તથા રચનાત્મક રીતનો ઉપયોગ કરો. પોતાને પ્રશ્ન કરો. પોતાના જ વિચારોના પ્રસાર માટે નકશાન, તસ્વીર તથા તુલનાત્મક અધ્યયનની મદદ લો.

બીજો એપ્રોચ : તમે જે પણ વિષયને વાંચી રહ્યાં હોવ, એને બનાવનારાઓએ એને પોતાના સમયનું શ્રેષ્ઠ જ્ઞાન માન્યું હતું. એક-બે કલાક કાઢીને એમના જીવન વિશે જાણવાનો પ્રયત્ન કરો.

• • •

24

કૉલેજમાં સફળતાના સોનેરી નિયમ

સૌથી પહેલાં તો કૉલેજ જનારા વિદ્યાર્થીઓને અમારા તરફથી અભિનંદન ! તમારી સામે તકોના ઘણો દ્વાર ખૂલ્લાં છે પણ તે હંમેશા નહી રહે. જ્યાં સુધી તમે કૉલેજમાં છો આ તક ત્યાં સુધી જ સાથે રહેશે.

આવનારા થોડા વર્ષોમાં તમારી એક-એક પળનો લાભ લો. કોલેજોમાં તમને એવા ઘણા સાધન તથા માધ્યમ મળશે. જેના બળ પર તમે એક સફળ વ્યક્તિ બની શકો છો, બસ તમારે એને ઓળખવાની છે. અમે તમારા આ સમયને સાર્થક બનાવવા માટે 85 સોનેરી ટીપ્સ આપી છે. આશા છે કે તમારા કામમાં આવશે.

દિવસનો લાભ ઉઠાવો

- **પોતાના શીખવાની જવાબદારી જાતે લો :** હવે તમે હાઈસ્કૂલના વિદ્યાર્થી નથી રહ્યા. દરેક કૉલેજમાં કાંઈક શીખવા માટે જાય છે. કેવળ એટલા માટે નહી કે કૉલેજ જવું જરૂરી છે. કૉલેજમાં તમે વર્ગની બહાર પણ ઘણું બધું શીખવાની તક મેળવી શકો છો. દરેક તકનો ભરપૂર લાભ લો.
- **કૉલેજમાં સમય બચાવો :** જીવનમાં તમને ક્યારેય પણ આટલી ઓછી જવાબદારી સાથે આટલી વધારે તક નહીં મળે.
- **જોખમ ઉઠાવો :** કૉલેજ કેવળ સારા ગ્રેડ મેળવવા નથી હોતી. અહીં પોતાના તથા બીજા વિશે ઘણું બધું શીખી શકાય છે. આ જોખમ ઉઠાવી લો. કાંઈક નવું અજમાવો. નવા મિત્રને મળો.
- **પોતાને વિસ્તૃત કરો :** વર્ગો કેવળ તમારી ભાવી કારકિર્દીના વિસ્તાર માટે નથી હોતી. બીજા વિષયોના વર્ગો લેવાની કોશીશ પણ કરો.
- **લક્ષ્ય નક્કી કરો :** દરેક વખતે, આગળ વધતા માટે કાંઈ લક્ષ્ય નક્કી કરો.
- **કોર્સની પસંદગીમાં અંગત પસંદગી :** કોઈપણ કોર્સ પસંદ કરતી વખતે જોઈ લો કે તેના વિષય તમારી પસંદગીના છે કે નહીં. મિત્ર કે કુટુંબના દબાણ બજાર ચલણના હિસાબે કોર્સ પસંદ કરશો તો પાછળથી પસ્તાવું પડશે, પોતાના અભ્યાસનો પૂરો આનંદ લો.

વર્ગ તથા નોટ્સ લેવી

- **વર્ગને પૉપ ક્વિજ સમજો :** દરેક વર્ગમાં ભાગ લેવાની યોગ્યતા આવશે જ, સાથે પૉપ ક્વિજની તૈયારી પણ થઈ જશે.
- **કોર્સનો સિલેબસ વાંચો :** પાઠ્યક્રમ વાંચીને જાણકારી મેળવો કે પરીક્ષાઓ ક્યારે થશે ? એસાઈનમેન્ટ ક્યારે આપવાના થશે અથવા પ્રોફેસર તમારી પાસે શું ઇચ્છશે.
- **વર્ગમાં સમયસર જાવ :** વ્હેલા પહોંચો તો વધુ સારું હશે. વર્ગ શરું થતાં પહેલાં રિલેક્સ થઈ જાવ. સમયસર આવનાર વિદ્યાર્થી, પ્રોફેસરોને સારા લાગે છે. આ રીતે તમને દરરોજની પાઠ્ય સામગ્રીનો અંદાજ થઈ જશે. જો રોજ વર્ગમાં ન જઈ શકો તો ઓનલાઈન વર્ગમાં જાવ. ઘણા વિશ્વવિદ્યાલયોમાં આ વિકલ્પ ખૂલ્લા છે.
- **કેન્દ્રિત રહો :** જો પ્રોફેસરની કહેલી વાત એક વખતે ન સમજાઈ તો બીજીવાર પૂછતાં સંકોચ ન કરો. બની શકે કે વર્ગમાં બીજા વિદ્યાર્થીઓ પણ તેને ન સમજી શક્યા હોય. પોતાનું પૂરું ધ્યાન વર્ગમાં આપો અને કેન્દ્રિત રહો.
- **અલગ નોટબૂક :** દરેક વર્ગની અલગ કોપી અથવા નોટબૂક રાખો કે પછી એક જ કોપીમાં અલગ અલગ ભાગ બનાવી લો. ગણિતની કોપીમાં મનોવિજ્ઞાનની નોટ્સ ન લો. નહીંતર પેપરોની તૈયારી કરવામાં મુશ્કેલી થશે.
- **બધું ન લખો :** પ્રોફેસરની બધી વાતો લખવાને બદલે મુખ્ય મુદ્દા નોંધ કરો આ રીતે પેપરોની તૈયારી વખતે સુગમતા થશે.
- **ખૂલ્લાં પાનાવાળી નોટબુક :** સ્પાયરલ બાઈન્ડીંગને બદલે ખૂલ્લા પાનવાળી નોટબુક ઉપયોગ કરશો તો નોટ્સને વ્યવસ્થિત કરવામાં સરળતા રહેશે અને હેંડનોટ્સ પણ જોડાઈ શકાશે.
- **વર્ગમાં મિત્ર બનાવો :** મિત્રો બહુ કામ આપે છે. જો તમે ક્યારેક વર્ગમાં ન જઈ શક્યા તો. મિત્ર તમારી મદદ કરી શકે છે. ઘણીવાર મળીને કામ કરવાની તક મળે તો કોઈ અજાણ્યા સાથે કામ કરવાનું અજગતું લાગી શકે છે. જો મિત્રની સાથે કામ કરશો તો કામનો આનંદ બેવડો થઈ જશે.

અભ્યાસ

- **અભ્યાસનું સારું સ્થાન :** જે ઓરડામાં ટી.વી., વીડિયો, મોટું સંગીત હોય ત્યાં અભ્યાસ કેવો થશે. તમારા અભ્યાસ માટે કોઈ એકાંત સ્થાન શોધો, ભલે તે પુસ્તકાલયનો ખૂણો હોય કે સ્ટડી લોં જ. અભ્યાસને એ રીતે લો કે તમે દરરોજ કામ પર જઈ રહ્યાં છો.

- રૂટીન બનાવો : દરેક ટરમ પહેલાં કેન્દ્રિત તથા અનુશાસિત રહેવાથી ઘણો ફાયદો થશે. જો અભ્યાસની દિનચર્યા ન બનાવી તો તમે ખોટી ટેવોમાં પડી શકો છો.
- અભ્યાસ દરમ્યાન બ્રેક : જો કોઈ મોટા પેપરની તૈયારીમાં લાગ્યા છો, તો 50 મિનિટનો એક રાઉન્ડ બનાવી લો. 5-10 મિનિટની બ્રેક લો. લગાતાર ઘણા કલાકના અભ્યાસથી કોઈ ફાયદો નહીં થાય.
- **રીડિંગ પર ધ્યાન આપો :** કૉલેજમાં દરેક વર્ગમાં રીડિંગની જરૂર પડે છે. રીડિંગ પર પૂરતું ધ્યાન આપો નહિંતર તેની કિંમત ચૂકવવી પડશે.
- **પ્રશ્નોની યાદી :** પૂછાનારા પ્રશ્નોની યાદી બનાવો. આગલી વાર વર્ગમાં તેને પૂછવાનું ન ભૂલો.
- **હાઈલાઈટનો ઉપયોગ :** હાઈલાઈટરના ઉપયોગથી મહત્ત્વની પાઠ્ય સામગ્રી અથવા પેરેગ્રાફને હાઈલાઈટ કરી શકો છો, જ્યારે તમે થોડા સામય પછી એજ ભાગને બીજીવાર વાંચશો તો હાઈલાઈટ કરેલા ભાગ પર જ પહેલાં નજર જશે અને તેનું રિવીઝન થઈ જશે.
- **પેન્સિલનો ઉપયોગ :** પેન્સિલથી નાની નોટ્સ તૈયાર કરો. પુસ્તકમાં તૈયાર કરેલી આ નોટ્સથી પેપરોમાં ઘણી મદદ મળશે.
- **શબ્દકોષનો પ્રયોગ :** અભ્યાસ દરમ્યાન નવા તથા અજાણ્યા શબ્દોનો અર્થ જાણવા માટે શબ્દકોષનો ઉપયોગ કરો. આ શબ્દ ભંડાર વધારવાની સારી રીત છે.
- **સ્ટડી પાર્ટનરની શોધ :** એકલા વાંચવાને બદલે કોઈ સાથીને પસંદ કરી લો. બની શકે કે તે તમને અભ્યાસમાં પણ મદદ કરી શકે.
- **નોટ્સ લો :** કોઈ વર્ગમાં ન જઈ શક્યા તો લાપરવાહી દેખાડવાને બદલે કોઈ બીજા વિદ્યાર્થી પાસેથી તેની નોટ્સ અવશ્ય લો.

ટેસ્ટ આપવી

- **પેપરના ત્રણ દિવસ પહેલાં :** કોઈપણ પેપર માટે ત્રણ દિવસ પહેલાં જ તૈયારી શરું કરી દો. બારમાં કલાકની તૈયારી કોઈ કામમાં નહીં આવે. કોઈ ખાસ યાદ નહી રહે અને પેપરના સામયે તે પણ ભૂલી જશો.
- **રાત્રે જલ્દી સૂઈ જાવ :** આગલે દિવસે પેપર હોય તો તે રાત્રે જલ્દી સૂઈ જાવ. સવારે ઉઠતા મન તાજું હશે અને પેપરના સમયે ઊંઘ નહિં આવે.
- **સમય પહેલાં પહોંચો :** પરીક્ષા સ્થળ પર 10-15 મિનિટ પહેલાં પહોંચવાથી રઘવાટ નથી થતો. તમારું મન પૂરી રીતે કેન્દ્રિત થઈ જાય છે.

- **નિર્દેશ ધ્યાનથી વાંચો :** પેપર શરું કરતા પહેલાં આપેલા નિર્દેશ ધ્યાનથી વાંચો. આ પાંચ મિનિટ બરબાદ નથી થતી બલ્કે ફાયદો જ થાય છે.
- **ટેસ્ટ શરું કરતા પહેલાં :** ટેસ્ટ શરું કરતાં પહેલાં, પૂરી યોજના બનાવી લો. જો સમયાવધિ દોઢ કલાકની છે અને તમે પહેલાં ભાગ પર એક કલાક લગાડી દીધો તો બાકી બે ભાગો માટે સમય ક્યાંથી બચે ? પેપર શરું કરતાં પહેલાં મનોમન પ્રશ્નોના હિસાબે એમની સમયાવધિનો અંદાજ લગાવી લો. પહેલાં પ્રશ્નનો ઉત્તર લખો.
- **પાછલા પૃષ્ઠોની તપાસ :** જો પેપર પછી ખબર પડે કે તમે તો પ્રશ્નપત્રના પાછલા ભાગને જોવાનું જ ભૂલી ગયા તો બહુ દુઃખ થાય છે. આખા પ્રશ્નપત્રને ધ્યાનથી વાંચ્યાપછી લખવાનું શરું કરો.
- **પૂરા ઉત્તર આપો :** પ્રશ્નને ત્રણ -ચાર વાર વાંચીને અંદાજ લગાડો કે તમને શું પૂછવામાં આવે છે. બની શકે કે, તમને બહુ સારો જવાબ આવડતો હોય પણ તમે અડધા જ પ્રશ્નનો જવાબ આપ્યો તો સારો ગ્રેડ નહીં મળી શકે.

પેપર તૈયાર કરવું

- **પહેલેથી જ તૈયારી કરો :** આવા પેપર તૈયાર કરવા માટે સમય કરતાં ઘણા પહેલાં જ શરુઆત કરી દો. ખાસ કરીને જો ઘણું રીસર્ચ પણ કરવાનું હોય, તો લખતાં શરું કરતાં પહેલાં રિસર્ચ સામગ્રી એકત્ર કરી લો.
- **આઉટલાઈન તૈયાર કરો :** કામ શરું કરતા પહેલાં તેનું 'બિગ પિક્ચર' ને મનમાં વિચારી લો. એનાથી તમે તમારા વિચાર સારી રીતે રજૂ કરી શકશો.
- **'રાઈટિંગ સેન્ટર' નો ઉપયોગ :** મોટા ભાગની કોલેજોમાં 'રાઈટિંગ સેંટર' હોય છે, જ્યાં તમને એક સારા રાઈટર બનવાનું શીખવવામાં આવે છે. તમે પહેલાં ડ્રાફ્ટ ત્યાં જમા કરાવો, તેઓ તમારી ભૂલો બતાવીને સુધારશે. બહુધા ત્યાં એકવાર જવાથી જ લેખન ક્ષમતામાં ઘણો ફરજ પડી જાય છે.
- **ઈંટરનેટ પર વિશ્વાસ :** ઈંટરનેટ કાંઈક શીખવા અને શોધ કરવાનું સારું સાધન છે પણ આજકાલ કોઈપણ વેબપેજ તૈયાર કરી શકે છે. સામગ્રી ઓનલાઈન છે. એ જ વિચારીને તેના પર વિશ્વાસ ન કરો. કોલેજોમાં બહુધા લોકો બીજાના વિચારોની ક્રેડિટ સરળતાથી લઈ લે છે અથવા ચીટિંગ કરે છે. તમારે આનાથી પણ બચીને રહેવું પડશે.

કૉલેજ સંસાધન

- **સલાહ લો :** જો તમે ડિપ્રેશનમાં હો અથવા એકલવાયાપણું અનુભવી રહ્યા છો, તો કૉલેજમાં બનેલા કાઉન્સેલિંગ સેંટરની મદદ લો. ત્યાં જતા ન ગભરાવ.
- **મદદ જોઈએ તો ટ્યૂટર શોધો :** બહુધા ઘણા પ્રોફેસર ટ્યુશન પણ આપે છે. જો તમને કોઈ વિષયમાં તકલીફ પડી રહી છે તો ટ્યુશન રાખવાનો કાઈ વાંધો નથી. બહુધા પોતાની સરખી ઉંમરની પાસેથી કાંઈ શીખવું સરળ હોય છે.
- **પુસ્તકાલયથી લાભ :** જો કે આ નેટ સર્ફિંગની જેમ સરળ નથી છતાં પણ કૉલેજ લાયબ્રેરી ઘણી કામ આવી શકે છે. તમે છાપામાં છપાયેલા ઘણા વરસ જૂના લેખ શોધી શકો છો અથવા કોઈ વૈજ્ઞાનિક જર્નલમાં એન્ટ્રી વાંચી શકો છો. પુસ્તકાલય એવી સામગ્રી આપી શકે છે જે કોઈ વર્લ્ડ વેબ સાઈટ પર ન હોય.
- **પોતાના સલાહકાર શોધો :** પોતાના સલાહકાર શોધો અને દરેક સમય પછી એમને મળવા જાવ. આ રીતે તમારી ગાડી પાટા પર રહેશે. તે તમને બતાવી શકે છે કે ક્યા વર્ગમાં પ્રવેશ લેવો ફાયદાકારક રહેશે.
- **પ્રોફેસર સાથે ઓળખાણ :** પોતાના પ્રોફેસરોને ઓળખ્યા વગર પણ કૉલેજમાં કામ ચાલી શકે છે. એમાંના ઘણા તો તમારું નામ શુદ્ધાં યાદ રાખી શક્તા નથી પણ જો તમારે કોઈ ભલામણ પત્ર જોઈએ કે તમે સ્વતંત્ર ફી શીખવાની યોજના બનાવી રહ્યા છો તો થોડી ઘણી ઓળખાણ પણ કામ આવી જશે.
- **પ્રોફેસરોના કામના કલાકો :** પ્રોફેસર તમને શીખવવા માટે જ તો છે એમને

મળવામાં સંકોચ ન કરો. જો તમે કામના કલાકો દરમિયાન એમને કાંઈ પૂછવા કે શીખવા જશો તો તેઓ કદી 'ના' નહી કહે. તેમની વિદ્વતાનો પૂરો લાભ લો.

કારકિર્દીની યોજના

- **સારા સ્વચ્છ કપડાં :** નોકરીના ઈન્ટરવ્યૂ માટે જતા સમયે સારા સ્વચ્છ સાફ કપડાં પહેરો. તમારા કપડાથી પણ વ્યક્તિત્વની ઝલક મળે છે.
- **રિઝ્યૂમ પર ધ્યાન આપો :** એક રિઝ્યૂમ, એવું હોમવર્ક નથી હોતું જેને તમે દશ મિનિટની અંદર વર્ગ શરું થતા પહેલાં કરવાનું છે. એના જ બળ પર તમને નોકરી મળનારી છે. એના પર કલાકોની મહેનત કરવી પડશે. કાંઈ કે રિયર કાઉન્સેલરની મદદ લો. જેથી તમને જાણ થઈ શકે કે રિજ્યુમ બનાવતી વખતે કઈ કઈ વાતોનું ધ્યાન રાખવું જોઈએ. જો કેટલી કસારી ટિપ્સ મળી જાય તો શું કહેવું !
- **કારકિર્દી સેન્ટર :** કારકિર્દી સેંટરમાં સલાહકાર તમને રિઝ્યૂમ અને ઈંટરવ્યૂ માટે ટિપ્સ આપશે. તેઓ તમારી મદદ કરવા ઈચ્છે છે. દરેક સત્રમાં ઓછામાં ઓછું એકવાર એમના સેશનમાં ભાગ જરૂર છે. એમનાથી ડરવાની જરૂર નથી, પોતાના ભવિષ્યની યોજના બનાવવા છે, કેવો ખચકાટ ?
- **કારકિર્દી મેળો :** આજકાલ દરેક કૉલેજ કેમ્પસમાં કારકિર્દી મેળો લાગે છે. તમાને ઘણા નિયોજકોને મળવાની તક મળશે અને માલૂમ પડશે કે કૉલેજ પછી કઈ જાતની નોકરી મળવાની શક્યતા છે.
- **સમર ઈંટર્નશિપ :** માતા-પિતા પાસે ઘરમાં બેસીને ગરમીની રજાઓ બરબાદ ન કરો. કોઈ ઈંટર્નશિપ કરો. જેથી ભવિષ્ય માટે થોડી તૈયારી થઈ શકે. જો કે વધારે પૈસા નહીં મળે પણ તમારો આત્મવિશ્વાસ વધશે અને અભ્યાસ પછી નોકરી શોધવાની સુગમતા પડશે.
- **સમયની ચોક્સાઈ :** બની શકે આજ વરસોમાં તમને ઈંટરવ્યુ આપવા આપવા જવાની તક મળે. તેમના પર સારી ઈમ્પ્રેશન મૂકવાનો પ્રયત્ન કરો.

મની મેનેજમેન્ટ

- **નાણાંકીય સહાયતાના સાધન :** પોતાની સ્કૂલના નાણાંકીય મદદ તથા પ્રવેશ ઓફિસ, તમારી કૉલેજ, ચર્ચ, ક્લબ કે માતા-પિતાના જાણકાર સમૂહ, તમારા ક્ષેત્રના વ્યવસાયી, શિષ્યવૃત્તિ તથા સોસાયટી વગેરેની જાણકારી મેળવો. તેમાંથી તમને શિષ્યવૃત્તિ રકમ મળી શકે છે.
- **હિંમત ન હારો :** બની શકે કે તમારે શિક્ષણ માટે વધારે રકમ ન મળે પણ

એને પણ ઓછું ન સમજો. એનાથી જ તમારી કરોડોની બચત થઈ શકે છે.

- **પેપર વર્ક પૂરું કરો :** તમને તારીખ યાદ ન રહી કે છાત્રવૃત્તિ મેળવવા માટે પેપરવર્ક પૂરું કર્યું ન હતું. આનાથી ખરાબ વાત તો હોય જ ન શકે. તમારી આ ભૂલને કારણે હજારોનું નુકશાન થઈ શકે છે.
- **નવા પુસ્તકો ન ખરીદો :** નવા પુસ્તકો ખરીદતા પહેલાં ખિસ્સું ઘણું ખાલી થઈ શકેછે. નવા પુસ્તકો લેતા પહેલાં જૂના પુસ્તકો શોધો અથવા પુસ્તકાલયની મદદ મેળવો. આ રીતે તમારા ઘણા પૈસા બચી શકે છે.
- **પુસ્તકો જલ્દી ખરીદો :** જો તમે નવું સત્ર શરું થયાના થોડા દિવસોમાં આ કામ ન કર્યું તો બની શકે કે સેકંડહેન્ડ પુસ્તકો વેચાય જાય. પછી તમારે વધેલી કિંમતે નવા પુસ્તકો ખરીદવા પડશે.
- **બજેટ નક્કી કરો :** બજેટ નક્કી કરો અને તેને વળગી રહો. નક્કી કરી લો કે તમે દર મહિને કેટલા પૈસા ખર્ચ કરશો અને શું બચાવશો પોતાની આવક કરતાં વધુ ખર્ચ ન કરો.
- **પોતાના બધા પૈસા ન ઉડાવો :** કૉલેજ વિદ્યાર્થીનું બજેટ પ્રાય ટાઈટ જ રહે છે. પોતાના પૈસાને જંક ફૂડ કે શરાબમાં ન ઉડાવો. જો વધારે નહીં તો દર મહિને થોડી બચત તો કરી જ શકો છો.
- **પોતાના મીલ પ્લાનનો ઉપયોગ કરો :** તમે પહેલેથી જ એના માટે પૈસા આપી ચૂક્યા છે એટલે આનો ઉપયોગ કરવાથી બચત થશે. તમારા ડાઈનીંગ હોલનું ખાણું, ફાસ્ટ ફૂડ કરતા કેટલુંય પોષણયુક્ત હશે.
- **સેલફોન મિનિટ :** સેલફોનનું ઘણું વધારે બિલ આવવાથી મુશ્કેલી પેદા થઈ શકે છે. ઘણા એવા પ્લાન પણ મળે છે જેમાં તમને ફાલતું મિનિટ મળે છે અથવા રાત્રે વાત કરવાથી ઓછા પૈસા લાગે છે. આ બધી યોજનાઓનો લાભ ઉઠાવો, પોતાનું ખિસ્સું હળવું થતા રોકો.
- **કેમ્પસની બહાર જવાની કિંમત :** કેમ્પસની બહાર જતા પહેલાં વિચારી લો તે તમને ઘણું મોંઘું પડી શકે છે.

ટાઈમ મેનેજમેન્ટ

- **કામ ન ટાળો :** કોઈપણ એસાઈનમેંટ હોય, ખાલી સમય મળતાં જ નિપટાવવાની કોશીશ કરો. નહિંતર તમારે લીધે મુશ્કેલ વધી શકે છે. જો છેલ્લા કલાક સુધી કામ ચાલુ રહ્યું તો પોતાને કોસવા સિવાય કોઈ રસ્તો નહીં બચે.

- **પ્લાનર વાપરો :** બધી તારીખોનો હિસાબ રાખવા માટે કેલેન્ડર કે પ્લાનર ઉપયોગ કરો આ રીતે તમે કઈ પેપરની તારીખ નહીં ભૂલો.
- **પ્રાથમિક્તા નક્કી કરો :** પ્રાથમિક્તાઓ નક્કી હશે તો તમારા પર કામનો ભાર નહીં પડે. પાઠ્યેત્તર ગતિવિધિઓથી મનોરંજન થાય છે અને સર્ટીફિકેટ મળે છે પરંતુ તમારી ઘણી શક્તિ અને સમય નષ્ટ થાય છે.
- **સમય તમારી સાથે :** દરેક સપ્તાહમાં 168 કલાક હોય છે. જો સૂવાના 56 કલાક અને અભ્યાસના માટે 40 કલાક મેળવી શકો તો તમારી પાસે બાકીના કામો માટે 72 કલાક બચે છે.
- **તમારા માટે રીમાંઈન્ડર મૂકો :** કાલે બપોરે એક મીટીંગ છે. દરવાજા પર લખીને ટીંગાડી દો. તમે ભૂલશો નહીં.
- **સમય બરબાદ કરનારાથી બચો :** આખી રાત ટીવી જોવા કે શેતરંજ રમવાની તેની જ મજા છે પણ તમારો સમય પણ બરબાદ થાય છે.

કેમ્પસ લાઈફ

- **હોસ્ટેલમાં :** બની શકે કે તમારે હોસ્ટેલમાં ઘણા છોકરાઓ સાથે રહેવું પડે ત્યાં વધોર સફાઈ, શાંતિ, પ્રાયવક્ષી અથવા અંગત સ્થાનનો આગ્રહ ન રાખો. તમારા સાથીઓની હાજરીનો આંનદ લો.
- **તાળા ચેક કરો :** પોતાનો રૂમ ખુલ્લો ન મૂકો. તમારી પાસે કોમ્પ્યૂટર, રોકડ, કપડાં, સ્ટીરીયો, ટીવી વગેરે કિંમતી સમાન હોય શકે છે. એને બીજા માટે ન રાખો.
- **પાર્ટી :** લોકોને હળો-મળો. પોતાના રૂમમાં બંધ ન રહો અને પુસ્તકના કીડા ન બનો. જરૂર કરતાં વધારે પાર્ટી અને જરૂર કરતાં વધારે એકલવાયાપણું બંને ખરાબ છે.

ધ્યાન રાખો

- **સ્વસ્થ ખાવ :** મમ્મીના હાથનું રાંધેલું ખાવાનું મળવું તો મુશ્કેલ છે. પોતાની હોસ્ટેલમાં જ બધા ફળ-ફળાદિ ખાવા પર જોર દો.
- **વ્યાયામ** : બની શકે કે તમને કૉલેજમાં પી.ટી.નો વર્ગ ન મળે. જિમમાં જાવ અથવા ફૂટબોલ રમીને વ્યાયામ કરો.
- **માંદગી દરમિયાન :** તમારા માતા-પિતાનો અહીં છે નહી જે માંદગી દરમ્યાન સેવા કરે, સૂપ પિવડાવશે. તમારે પોતે પોતાનું ધ્યાન રાખવું પડશે. જો એક-બે દિવસથી વધારે બીમાર હો તો ડોક્ટરને જરૂર દેખાડો.

- **આરામ પણ કરો :** કૉલેજના વિદ્યાર્થીઓ બહુધા પૂરતી ઊંઘ લેતા નથી. રાતની ભરપૂર ઊંઘ લો. તમારા માટે ઓછામાં ઓછી આઠ કલાકની ઊંઘ જરૂરી છે.
- **સુરક્ષિત રહો :** દારૂ, ડ્રગ્સ તથા સેક્સથી બચો અને 'ના' કહેતા શીખો.
- ટેક્સીનો ઉપયોગ કરો : રાતના કોઈ પીધણીયા સાથે આવવાને બદલે ટેક્સીના પર ખર્ચ કરવો સાફ રહેશે. આવા મિત્ર સાથે આવવાને બદલે ટેક્સી પર પૈસા ખર્ચ કરવા વાંધો નહીં, જાનને જોખમ તો નહીં રહે.
- **કાયદાની મર્યાદા :** જો કોઈ ગેરકાનુની કામ કરી બેઠા તો શિષ્યવૃત્તિ જઈ શકે છે. સાથે પોતાના કેમ્પસની ફલ બૂક પણ વાંચી લો જેથી તમે અજાણતા કોઈ નિયમ ન તોડો.
- **શહેરથી ઓળખ :** જ્યાં કૉલેજ હોય તે શહેર વિશે જાણી લો. તમારે કૉલેજ કારકિર્દીમાં રેશનની દુકાન, ગેસ સ્ટેશન, ફાર્મસી તથા હૉસ્પિટલની જરૂર પડી શકે છે. અહીં તમે એકલા છો. હોમમીક અનુભવવાને બદલે પોતાને સંભાળો.

જો આ ટિપ્સ પર ધ્યાન આપશો તો કૉલેજના દિવસો, આખી જીંદગીના યાદગાર દિવસ બની જશે. આ સમયની કદર કરો તથા તકોનો લાભ લો. સંઘર્ષ તો બધાએ કરવો પડે છે પણ જીંદગીનો ખુશનુમા સમય પણ હોય છે. યાદ રાખો, "કામ ક્યારેય સમાપ્ત થતું નથી, કૉલેજના દિવસો વીતી જાય છે."

• • •

25

શીખવું જરૂરી છે

પ્રભાવી શિક્ષક માટે પ્રભાવી શિક્ષણ કૌશલ્ય તથા રણનીતિઓ બહુ અગત્ય ધરાવે છે. તે તમને સ્વતંત્ર રીતે શીખવવાની તક આપે છે. અભ્યાસની સારી આદતો અપનાવશો તો તમને સફળ વિદ્યાર્થી બનવાથી કોઈ રોકી શક્તું નથી.

શિક્ષણ એક અંગત વિષય છે. દરેક વ્યક્તિ માટે દરેક સ્થિતિમાં એક સરખી શિક્ષણ પદ્ધતિ કે કૌશલ્ય કામ આવતું નથી. સૌથી પહેલાં તો તમારે એ શીખવું પડશે કે તમે શું જાણો છો અને શું નથી જાણતા અને તેના માટે તમારે શું કરવું પડશે.

રણનીતિઓથી થનારા લાભ

- તમે તમારા શિક્ષણ પ્રત્યે જવાબદાર બનો છો.
- કામ પર વધારે સમય સુધી ટકવા યોગ્ય બનાવે છે.
- દરેક કામ માટે ઉમદા પહેલ અપનાવતા લાયક બનાવે છે
- કોઈપણ કામને શરું કરવા, ચાલુ રાખવા અથવા સમાપ્ત કરવાની પૂરતી જાણકારી આપે છે.
- તમને વિવિધ પાઠ્ય તથા સંદર્ભ સામગ્રી પ્રદાન કરે છે.
- તમને એ જાણવાનો આત્મવિશ્વાસ આપે છે કે, તમારે ક્યારે અને કોની પાસે મદદ માંગવી જોઈએ.

પોતાને ઓળખો

સૌથી પહેલાં લખવા, વાંચવા, સાંભળવા, ગણિત તથા વાંચવાની આદતો જેમ કે - સંગઠન, સમય આયોજન, એકાગ્રતા, શ્રવણ શક્તિ તથા નોટ્સ લેવા વિશે પોતાની શક્તિઓ તથા નબળાઈઓને ઓળખો.

તે પછી શિક્ષણ પદ્ધતિની પ્રાથમિક્તાઓ ઓળખો. આમ તો શિક્ષણ પર ઘણા કામ અસર કરે છે. પણ તમે જાણકારી મેળવો કે તમે લખીને વાંચીને, સાંભળીને કે જોઈને, કઈ રીતે વધારે સારુ શીખો છો, તમારે તમારા અધ્યાપકની શિક્ષણ પદ્ધતિને પણ સારી રીતે સમજવી જોઈએ. જેથી એ પ્રમાણે પોતાની શિક્ષણ પદ્ધતિ પસંદ કરી શકો. એ પણ જાણકારી મેળવો કે તમારે રાત્રે વાંચવું પસંદ છે કે, સવારે ઉઠીને ! તમારે વાંચવા માટે એકાંત કક્ષ જોઈએ કે તમે ઘોંઘાટમાં પણ

વાંચી શકો છો ?

પોતાના સમય તથા જીવનને વ્યવસ્થિત કરો

સૌથી પહેલાં તો પોતાના સમય તથા જીવનને વ્યવસ્થિત કરો. પોતાના જીવન પર કાબૂ મેળવતા શોધી કાઢો કે તમારું લક્ષ્ય શું છે, પછી તે પ્રમાણે પ્રાથમિક્તાઓ નક્કી કરતા ત્યાં સુધી પહોંચવાની કોશીશ કરો.

વિશ્લેષણ કરો કે, તમે તમારા સમયનો સદુપયોગ કેવી રીતે કરી રહ્યા છો. જો તમે પ્રાથમિક્તાઓને તમારો સમય નથી આપી રહ્યા તો તમારે થોડા સમાધાન કરવા પડશે, નહીંતર તમે તમરા લક્ષ્યો સુધી પહોંચી નહીં શકો. જો સ્કૂલ, અભ્યાસ તથા સારો ગ્રેડ તમારી પ્રાથમિક્તામાં આવે છે તો તમારે આવી દિનચર્યા બનાવવી પડશે, જેના અભ્યાસ માટે પર્યાપ્ત સમય મળી શકે.

એકાગ્રતા શક્તિમાં સુધારો

એક સારા વિદ્યાર્થી હોવાને કારણે તમારે નબળા વિદ્યાર્થી કરતાં વધારે સમય સુધી વાંચવાને બદલે, અભ્યાસના સમયનો વધુ સારો સદુપયોગ કરતાં શીખવું પડશે.

હાથમાં લીધેલ કામ પર ધ્યાન કેન્દ્રિત કરવાનું શીખો. વર્ગમાં હો અથવા અભ્યાસ કરો, પૂરું ધ્યાન અભ્યાસમાં જ હોય.

યાદ કરવાની ઝડપથી વધારે એ મહત્ત્વ ધરાવે છે કે તમે કેવું યાદ કરો છો. તમારે બધું ભૂલવા પહેલાં કાંઈક તો યાદ રાખવું જ પડશે.

અભ્યાસનો અર્થ સમજો અને જાણકારી મેળવો કે એને કેવી રીતે કરવું જોઈએ?

કેવળ વર્ગમાં જવું અથવા ગૃહકાર્ય કરવું જ 'શીખવું' નથી કહેવાતું. આ ચાર પગથિયાની પ્રક્રિયા છે.

પ્રીવ્યુ > વર્ગ > રિવ્યુ > સ્ટડી

જો તમે આ પ્રક્રિયાને અપનાવી લીધી તો થોડા સમયમાં, ઓછા તણાવમાં વધુ શીખી શકશો.

શબ્દ ભંડાર વિકસિત કરો

અંગ્રેજી ભાષાનો શબ્દ ભંડાર બહુ વિશાળ છે. તેનો પ્રત્યેક શબ્દ કોઈને કોઈ વિચાર કે પ્રતીકને પ્રગટ કરે છે. તમારા પ્રભાવી શિક્ષણ માટે બહુ મહત્ત્વ ધરાવે છે કે તમો સાચા શબ્દની પસંદગીથી પોતાની જાણકારી તથા ભાવનાઓનો સંપ્રેષણ (આપ-લે) કરો.

તેના માટે તમારે લગાતાર નવા શબ્દો તથા તેના અર્થ પર ધ્યાન આપવું પડશે. એના વિશે બધી જાણકારી લેવી પડશે.

એક્ટિવ રીડર બનો

શું તમે ટી.વી. શો જોતા સમયે અથવા ટેનિસ રમતી વખતે ગાઢ નિંદ્રામાં સૂતા છો ?

કદાચ ના ! અને અભ્યાસ કરતા સમયે... ?

કદાચ હા ! આ બન્નેમાં અંતર શું છે ?

જો તમે કોઈ કામમાં શારીરિક અથવા માનસિક રીતે જોડાશો તો પોતાની મેળે રૂચિ પેદા થશે. જો નિષ્ક્રિય થઈ જશે તો અભ્યાસમાં અથવા કામમાં બિલ્કુલ મન નહી લાગે.

તમારે શિક્ષણ પ્રક્રિયામાં પૂરી સક્રિયતાથી ભાગ લેતા આગળ વધવાનું છે. હંમેશા સોંપાયેલા કામનું એક ઉદ્દેશ્ય બનાવીને ચાલો આ ઉદ્દેશ્યની પૂર્તિ માટે તમારે સક્રિય રીતે અભ્યાસ કરવો જ પડશે. જે કાંઈ પણ વાંચો. તેનો ટેસ્ટ ન કરતાં પોતાની યોગ્યતાની તપાસ કરો.

એક્ટિવ રાઈટર (સક્રિય લેખક) બનો

પોતાના વિચારોને સાચી રીતે લખવા માટે જરૂરી છે કે, તમે આલોચનાત્મક ચિંતન તથા સક્રિય ભાગીદારીને પણ સામેલ કરો. લેખન પ્રક્રિયામાં સક્રિય રહેશો, ત્યારે પોતાના વિચારોને સાચી રીતે સંપ્રેષણ કરી શકશો.

તમારા લેખનમાં :-

- એક ઉદ્દેશ્ય હોવો જોઈએ.
- કોઈ પ્રેરક વિચાર અથવા થીમ
- નાના-મોટા સહાયક વિચારોની સાથે સંગઠિત વિકાસ
- એક તાર્કિક નિષ્કર્ષ

સાંભળવું અને નોટ્સ લેવાનું કૌશલ્ય

નોટ્સ લખતાં પહેલાં તમારે લેક્ચર સાંભળવા અને તેના મહત્ત્વના કલાકો પર ધ્યાન આપવું જોઈએ. એક સક્રિયા શ્રોતા બનશો તો ઘણી સમસ્યાઓ આમ જ ઉકલી જશે.

સારી નોટ્સ બનાવવા માટે

- વર્ગ માટે તૈયાર થાવ
- એક્ટિવ શ્રોતા બનો
- ખાસ અને સહાયક બિંદુ જુદા પાડો.
- નોટ્સ લેતા શીખો
- વર્ગમાં ભાગ લો
- રિવ્યૂ કરો

પરીક્ષા માટ કેવી રીતે વાંચશો?

પરીક્ષાના માધ્યમથી જ તમે પ્રોફેસરને જણાવી શકો છો કે તમે શું શીખ્યા. એનાથી તમને પાઠ્ય સામગ્રીની પૂરી સમજણ આવે છે, તણાવ ઘટે છે તથા માર્ક્સ વધે છે.

પેપરો પહેલાં રિવીઝન સમયે જે કાંઈ પણ પાઠ્ય સામગ્રી હોય, તેને સારી રીતે વાંચો તથા તે પ્રમાણે જ પરીક્ષાઓ આપો.

પ્રત્યેક કોર્સ પર ધ્યાન આપો.

કોઈપણ કોર્સમાં કેવળ ધન રોકવાથી કશું હાથ નહીં આવે., તમારે પૂરી સાચી લગનથી એનો અભ્યાસ કરવો પડશે.

આમ તો ખાલી મગજમાં જાણકારી ભરી લેવી પણ અભ્યાસ નથી હોતો પોતાને આ દુનિયામાં સ્થાપિત કરવાની યોગ્યતા જ સાચું શિક્ષણ કહેવાય છે.

પ્રોફેસર/અધ્યાપક તો તમારા અભ્યાસ માટે વાતાવરણ બનાવી શકે છે. બાકી જવાબદારી તો તમારી જ છે ને!

• • •

26

કેસ સ્ટડી

કૉલેજના વિદ્યાર્થીઓને આજકાલ એસાઈનમેન્ટ તરીકે કેસ સ્ટડી આપવામાં આવે છે. કેસ સ્ટડીમાં રૂચી વધવાનું એક કારણ એ પણ છે કે, વિદ્યાર્થીને શોધ પર આધારિત અસલી જીવનની પરિસ્થિતિનો સારાંશ લખવાનો હોય છે. કેસ સ્ટડીની મદદથી આલોચનાત્મક ચિંતનની ક્ષમતા વિકસિત થાય છે. કેમ કે તમારે મુદ્દાના સમાધાન માટે બંને પાસાઓ પર વિચાર કરવો પડે છે.

કેસ સ્ટડી માટે, તમારે તમારો ઉદ્દેશ્ય શોધવો પડશે. એસાઈનમેન્ટને સારી રીતે સમજ્યા પછી જ કામની શરુઆત કરો, તમારું રિસર્ચ શરું કરો. પોતાના મિશનના દૃષ્ટિકોણથી સંગઠનને વર્તમાન તથા ઐતિહાસિક રીતે જોવા જાણકારી મેળવો કે સંગઠન માટે શું વધારે મહત્ત્વપૂર્ણ છે ? જો સંગઠનનો અભ્યાસ કરી રહ્યા છો તેની ઔપચારિક નિર્ણય નિર્ધારણ પ્રક્રિયાની જાણકારી મેળવો. ઉત્પાદ, ડિલીવરી, ગ્રાહકો, માલ આપનારા તથા પ્રતિયોગિઓ પર ધ્યાન આપો.

આ પૃષ્ઠભૂમિના અભ્યાસ પછી પોતાની સમસ્યા સામે લાવો. મુખ્ય સમસ્યાથી નીળકનારી બીજી સમસ્યાઓને પણ નામ આપો તે પછી તમારે જોવું પડશે કે આયોજન, ઉત્પાદન તથા સેવાઓ માટે કોણ જવાબદાર છે.

આ રીતે તમે કેસ સ્ટડીની રણનીતિ સાથે જોડાયેલા મુદ્દા ઓળખી શકશો અને લેનારા નિર્ણયોનું અનુમાન લગાવી શકશો. સંગઠનને ઐતિહાસિક પરિપ્રેક્ષ્યમાં જોતા આવનારા જોખમોનું અનુમાન લગાવો.

પોતાના વિકલ્પોને નામ આપો. વિકલ્પોના સકારાત્મક તથા નકારાત્મક પાસાઓની તુલના કરો. પોતાના ઝઘડાને તોલતાં શંકાઓ દર્શાવો. પોતાની શંકા પર સારી રીતે વિચાર કરી લો. આખરી ચરણમાં જાણકારી તથા પ્રક્રિયાને સારાંશ રીતમાં લખો, જેમાં બધા મુદ્દાઓ આવી જાય. કેસ સ્ટડીમાં અપ્રાસંગિક વાતો ન લખો.

કેસ સ્ટડીની તપાસ માટે મોટા નમુના તથા સખત પ્રોટોકોલને બદલે ઊંડાઈથી ભરપૂર રીત અથવા કોઈ એક ઘટનાની તપાસના 'લાંગીટ્યૂડીનલ' રીતો ઉપયોગ કરો. આ રીતે તમે ઘટનાઓને પદ્ધતિસર રીતે જોઈ શકશો. આંકડાઓ એકત્ર કરી, જાણકારીનું વિશ્લેષણ કરી શકશો તથા કોઈ પરિણામ સુધી પહોંચી શકશો.

પરિણામે અધ્યયનકર્તા એ જાણી શકે છે કે, ઘટના કેમ થઈ અને આવનારા

સમયમાં શોધ માટે શું મહત્ત્વપૂર્ણ હોઈ શકે છે. કેસ સ્ટડીના અધ્યયનથી આ બધી વાતોની જાણકારી મેળવી શકાય છે.

કેસ સ્ટડીને 'રિસર્ચ સ્ટ્રેટજી' ની રીતે વ્યાખ્યીત કરવી જોઈએ, જેમાંવાસ્તવિક જીવન સાથે જોડાયેલા કોઈ સંદર્ભમાં છાનબીન કરીય છે. કેસ સ્ટડી રિસર્ચનો અર્થ છે. સિંગલ અને મલ્ટીપલ કેસ સ્ટડી, એમાં માત્રાત્મક પરિણામ પણ સામેલ થઈ શકે છે. કેસ સ્ટડીને ગુણાત્ક રિસર્ચની સાથે ભ્રમિત ન કરવા જોઈએ તથા જણાવી દેવું જોઈએ કે તેઓ આ બંનેના મેળ પર આધારિત હોય શકે છે. એક જ વિષયવાળા રિસર્ચથી પણ મદદ લઈ શકાય છે.

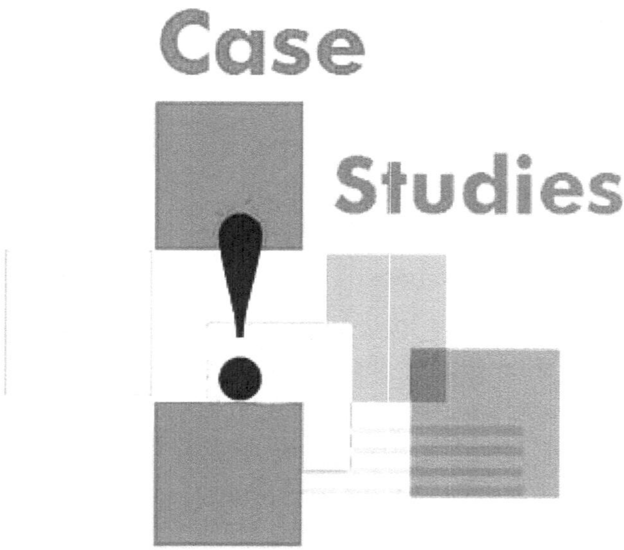

કેસ સ્ટડીના પ્રકાર

અન્વેષણાત્મક (એક્સપ્લોરેટ્રી) કેસ સ્ટડી : અહીં શોધકર્તાએ લાંબા સમય સુધી શોધખોળ કરવી પડે છે. જ્યાં કાર્યવાહી, લક્ષ્ય તથા પરિણામ બિલ્કુલ અનિશ્ચિત હોય, ત્યાં અન્વેષણાત્મક કેસ સ્ટડી પ્રશ્ન ઓળખવા, સાધન પસંદ કરવા, વિકસિત કરવામાં મદદ કરે છે, એનાથી વધારે મોટા સ્ટડીમાં રોકાણની પણ બચત થાય છે. એની સૌથી મોટી ખરાબી એ છે કે, નિષ્કર્ષ અપરિપક્વ હોય છે. શોધખોળનો સમય લાંબો ખેંચાય જાય છે અને વિવિધનનું પ્રતિનિધિત્વ પણ અપર્યાપ્ત થાય છે.

આલોચનાત્મક ઉદાહરણ કેસ સ્ટડી : આ એક કે બે ઉદ્દેશ્યો માટે, એક કે બે

જગ્યાની તપાસ કરે છે. સામાન્ય રીતે રીત કારણ તથા પ્રભાવવાળા પ્રશ્નોમાં જ પ્રભાવી હોય છે.

આ રીતના સ્ટડી કેસમાં વિશેષ રીતે તપાસ નથી થઈ શક્તી.

પ્રોગ્રામ ઈફેક્ટ કેસ સ્ટડી : આવા કેસ સ્ટડી પ્રોગ્રામનો પ્રભાવ સુનિશ્ચિત કરી શકે છે તથા સફળતા અથવા નિષ્ફળતાના કારણોનું અજમાન પ્રસ્તુત કરે છે.

પ્રોસ્પેક્ટિવ (ભાવી / પ્રત્યાશિત) કેસ સ્ટડી : આ કેસ સ્ટડીમાં શોધકર્તા કોઈ ચાલનારી સામાજિક કે સાંસ્કૃતિક પ્રક્રિયાના સંદર્ભમાં પરિકલ્પના તૈયાર કરે છે તથા એક નિર્ધારિત સમયમાં એની તપાસ કરે છે. આ પરિકલ્પનાઓ નિરીક્ષણમાં લેવાયેલી પ્રક્રિયાઓ સાથે તુલના કરાય છે.

ક્યૂમ્યૂલેટિવ (સંચિત) કેસ સ્ટડી : આમાં અલગ-અલગ જગ્યાએથી લેવાયેલી વિભિન્ન જાણકારીઓ સામેલ કરાય છે. આમાં પહેલાં અધ્યયન કરાયેલી જાણકારી એક પ્રત્યાશિત દૃષ્ટિકોણ અથવા ભવિષ્ય માટે અલગ-અલગ સમય પર થનારી શોધખોળ સામેલ હોય શકે છે.

નરેટિવ (વર્ણનાત્મક) કેસ સ્ટડી : આ કેસ સ્ટડીમાં બધું વિવરણ વર્ણનાત્મક રીતે પ્રસ્તુત કરાય છે. આમાં નાયકો તથા કાર્યવાહી સાથે ઘટનાને પણ પ્રસ્તુત કરાય છે.

એમબેડિટ (અંતઃસ્થાપિત) કેસ સ્ટડી : આ કેસ સ્ટડીમાં વિશ્લેષણની એક કરતાં વધારે એકમો હોય છે. આમાં પણ માત્રાત્મક તથા ગુણાત્મક પદ્ધતિઓનો મેળ હોય છે. જો કે ઉપ-એકમોની ઓળખ માટે વધારે ગહન પૂછપરછની જરૂર હોય છે. આ એ વર્ણનાત્મક અધ્યયનો માટે ઉમદા મનાય છે. જ્યાં લક્ષણો, પ્રસંગો તથા કોઈ પ્રક્રિયાને વર્ણિત કરવાનું લક્ષ્ય સામે હોય છે.

કોઈપણ કેસ સ્ટડી રિસર્ચ વિભિન્ન પ્રભાવોના સ્રોત પર આધાર રાખે છે, જેનાથી આંકડા વધારે મજબૂત થઈ જાય છે. એને સમજવામાં સરળતા થાય છે તથા શોધની વેધક્તા પણ વધે છે. આ કેસ સ્ટડીમાં દસ્તાવેજ, ઈંટરવ્યૂ તથા આલેખ વગેરે જાણકારીના વિભિન્ન સ્રોતનું સુંદર મેળ પ્રસ્તુત કરાય છે.

"આ સમકાલિન ઘટનાઓની તપાસ માટે ઉપમુક્ત છે, જ્યારે પ્રાસંગિક વ્યવહારોનું શોષણ નથી થઈ શક્તું."

આ કેસ સ્ટડી એવા વાતાવરણ માટે ઉપર્યુક્ત છે જ્યાં રૂચિ તથા પ્રસંગની મર્યાદા સ્પષ્ટ ન હોય.

કેસની પસંદગી

કેસ સ્ટડી માટે કસની પસંદગી કરતી વખતે, શોધકર્તા અસ્તવ્યસ્ત નમૂના લેવાને બદલે જાણકારી પર આધારિત નમૂનાઓનો પ્રયોગ કરે છે કેમ કે બહુધા સરાસર કેસ જાણકારીથી ભરપૂર નથી હોતા. વિશેષ માપતો અથવા કેસમાં વધારે જાણકારી હોય છે. આમ તો કાર્યવાહી તથા સમજના હિસાબે સમસ્યાની જડ સુધી પહોંચવા પહેલાં એની પાછળ સતાયેલા કારણો તથા લક્ષણોનો પણ શોધવા જોઈએ. આમ તો કેટલાક કેસ એમની વિવિધતા માટે પણ પસંદ કરવા સારૂ રહેશે.

• • •

27

વિભિન્ન પ્રકારની પરીક્ષાઓ

પરીક્ષાની તૈયારી કેવી હશે, તે તમારા પ્રકાર પર આધાર રાખે છે. તમારા માટે પોતાની પરીક્ષાનો નમુના અથવા માળખાને પહેલેથી જાણી લેવો જરૂરી છે જેથી તમે સાચી રણનીતિ અપનાવી શકો.

ઉદાહરણ તરીકે, માનવિકી તથા સમાજ વિજ્ઞાનના કોર્સોમાં પ્રસ્તાવાત્મક પ્રશ્ન પૂછી શકાય છે, જ્યારે ગણિત તથા વિજ્ઞાનમાં સમસ્યાના હલ પૂછાશે.

આમ તો તમને અંગ્રેજીની જેમ જીવવિજ્ઞાનમાં પણ પ્રસ્તાવ આવી શકે છે અને સમાજ વિજ્ઞાનમાં મલ્ટીપલ ચોઈસના પ્રશન પૂછી શકાય છે.

ઘણી પરીક્ષાઓમાં મિશ્રિત પ્રશ્ન પૂછી શકાય છે, આના માટે તમારે સ્ટડી મેથડનું મિશ્રણ અપનાવવું પડશે.

આ સ્ટડી મેથડ એ વાત પર નિર્ભર કરે છે કે, પરીક્ષા પ્રશ્ન ઓળખ પર આધારિત હશે કે યાદ પર....

મલ્ટીપલ ચોઈસ પરીક્ષા

વર્ણન : આમાં પ્રશ્નના ત્રણ ભાગ સામેલ હોય છે. સૌથી પહેલાં એક વાક્ય, પ્રશ્ન તથા સંભવિત ઉત્તર ઉત્તરોમાંથી કેવળ એક જ સાચો હોય છે, બાકી ત્રણ ઉત્તર ખોટા હોય છે. પરીક્ષાર્થીએ સાચા ઉત્તર પર વર્તુળ અથવા () નું નિશાન લગાવવા કહેવામાં આવે છે.

પરીક્ષાની એક રાત પહેલાં —

- બધી તૈયારી કરી લો જેથી જાણકારી મનમાં તાજી રહે.
- પછી થોડો આરામ કરો.
- રાત્રે ગાઢ નિંદ્રા લો.
- પાસ-નાપાસની ચિંતા કર્યા વગર પરીક્ષાની તૈયારી કરો.

ઘણીવાર તમને પ્રશ્નપત્ર પર જ જવાબ આપવાના હોય છે, જ્યારે ઘણીવાર તેને માટે અલગ શીટ આપવામાં આવે છે.

શિક્ષણનો પ્રકાર

- આ પ્રકારની પરીક્ષામાં યાદ કરવાને બદલે ઓળખાણ પર જોર અપાય છે.
- અહીં તમારે સાચા ઉત્તરની ઓળખ માટે વિષય સામગ્રીથી પૂરી રીતે પરિચીત થવું પડશે, આ એક સરળ રીત છે. અહીં તમારી પાસે યાદ સાથે એક સૂત્ર જોડાયેલ હોય છે.
- એવું નથી કે આ એક સરળ રીત છે, દરેક પ્રશ્નનો ઉત્તર ઝટપટ આપી શકાય છે. એટલે ઘણા બધા પ્રશ્ન પૂછી શકાય છે. આ પ્રશ્નોના ઉત્તર જાણવા માટે કોઈપણ વિષયને ઊંડાણથી વાંચવું જરૂરી હોય છે.

અભ્યાસની રણનીતિઓ

શું કરશો?

પોતાની બધી લેકચર નોટ વાંચો તથા સારાંશ કાઢો. પોતાના પાઠ્યપુસ્તકના પાઠ પણ વાંચો, પાછલા પેપર્સમાંથી કોઈ જાણકારી મળી શકે તો તેને પણ સામેલ કરો.

શું ન કરવું?

પોતાની રૂચિના કોઈ એક જ ક્ષેત્રમાં જરૂરથી વધારે સમય ન લગાવો.

પરીક્ષા દરમ્યાન

- પ્રશ્નોના માર્ક અનુસાર સમય નક્કી કરો. નક્કી કરો કે દરેક 10 મિનિટ પછી તમારો કયો પશ્ન પૂરો થઈ જવો જોઈએ.
- પ્રશ્ન તથા ઉત્તર વાંચતા જ, મનોમન અંદાજ લગાવો કે તેનો શું ઉત્તર હોવો જોઈએ. પછી વિકલ્પોમાં જુઓ કે તે ઉત્તર અપાયેલો છે કે નહિં. આ રીતે ઉત્તરની તપાસ પણ થઈ જશે.
- જો કોઈ પ્રશ્નનો ઉત્તર ન આવડતો હોય તો એને નિશાન કરીને છોડી દો તથા આગળ વધો. બની શકે કે, આગળના કોઈ પ્રશ્નને વાંચીને આ ઉત્તરની યાદી આવી જાય.
- જો મુંઝાઈ જાવ તો અંદાજ લગાવો, પણ ઉત્તર હંમેશઈ 'સી' નથી હોતો.

મૌખિક પરીક્ષા

વર્ણન : પરીક્ષક અને તમારી વચ્ચે સંપ્રેષણના માધ્યમથી તમારી યોગ્યતા તથા જાણકારીની પરીક્ષા લેવામાં આવે છે. આમાં સીધા પ્રશ્નો, પરિદૃશ્ય, અંતર પર સ્પર સંપ્રેષણ, સુધારાતમક યોગ્યતાવાળા પ્રશ્નો સામેલ હોઈ શકે છે.

સદશ માળખું (ટીપીકલ ફોરમેટ)

વાયવા : વિશેષજ્ઞનું એક દળ વિદ્યાર્થીઓને પ્રશ્ન પૂછે છે કે, તેઓ કોઈ મુશ્કેલી કે કેસનો ઉકેલ કેવી રીતે કરશે. આ ચિકિત્સા કે સ્વાથ્ય સેવાઓ સાથે થોડાયેલ ક્ષેત્રમાં હોય છે. કોઈ શોધ પછી લેવાનારી મૌખિક પરીક્ષા પણ આમાં સામેલ કરી શકાય છે.

ઓડીશન : રચનાત્મક તથા પરફોર્મિંગ આર્ટમાં આનો ઉપયોગ થાય છે. જેમ કે સંગીત વગરે.

– નિરીક્ષણ (કળામાં અધ્યાપક દ્વારા કરાયેલા પ્રદર્શનનું મૂલ્યાંકન કરવું) અથવા કૌશલ્યનું વ્યવહારિક પ્રદર્શન (દેખાડા પરામર્શ સત્રમાં સમાજશાસ્ત્રમાં વિદ્યાર્થી)

શિક્ષણનો પ્રકાર

આ પરીક્ષા ન કેવળ તમારી જાણકારી બલ્કે પ્રભાવી સંપ્રેષણની જાણ મેળવવા માટે પણ લેવામાં આવે છે.

કેટલીક મૌખિક પરીક્ષાઓમાં પ્રદર્શન પણ હોય છે; જેમ કે સંગીત વગાડવું, પરામર્શ સત્ર ચલાવવું, કોઈ રોગીની ચિકિત્સા કરવી અથવા કાયદાકીય ચર્ચા કરી દેખાડવી.

અભ્યાસની રણનીતિઓ

શું કરશો?

- પરીક્ષા પહેલાં જ સારી રીતે જાણકારી મેળવી લો કે કેવી પરીક્ષા લેવામાં આવશે. ઉદાહરણ માટે શું તમારી પાસે પાવર પોઈન્ટ અથવા પહેલેથી તૈયાર એકડિયો વિજ્યુઅલ સામગ્રીની અપેક્ષા કરાશે.
- જો તમે ત્યાંત મારી સાથે સમરી શીટ લઈ જઈ શકો છો તો બધા ખાસ મુદ્દા એક સાથે લખો તથા શીર્ષક આપો. એના પર એક નજર નાખવાથી જ આખી મેટર યાદ આવી જશે.
- પોતાના મિત્રો કે સહાધ્યાયીઓ સાથે મૌખિક પ્રશ્નોના ઉત્તર આપવાનો અભ્યાસ કરો.

શું ન કરવું?

- ખોટી ભાષાનો પ્રયોગ ન કરો અને ન તો ગોખેલા ઉત્તર આપો.
- ફીડબેકની ઉણપની ખબર પડવા ન દો. પરીક્ષક પોતાના ચહેરા પર કોઈ પણ ભાવ લાવ્યા સિવાય બધું સાંભળી લેશે અને તમારી ઉણપ સામે આવી જશે.

પરીક્ષા દરમિયાન

- પોતાના વ્યવસાય પ્રમાણે પોશાક પહેશો. ચુસ્ત દેખાવ તથા પરીક્ષક સાથે, આંખોનો સંપર્ક બનાવી રાખો. એમની કહેલી દરેક વાત ધ્યાનપૂર્વક સાંભળો.
- પ્રશ્નની વ્યાખ્યા કરો. બોલવા પહેલાં થોડું વિચારો. સ્પષ્ટ રીતે બોલો તથા જરૂર પડતા ઊંડા શ્વાસ લો.
- તમારા 'મેમરી જાંગર' નો ઉપયોગ કરો. જો પરમિશન મળે તો નોટ્સ પણ જોઈ શકો છો.

જ્યાં સુધી જરૂરી ન હોય, કેવળ 'હા' કે 'ના' માં ઉત્તર ન આપો.

જો મુંઝાઈ જાવ

- જો તમે વિષયાંતર કરી જાવ અથવા કોઈ વાક્ય પૂરું કરી શકો નહીં તો બોલવાનું રોકી દો. મનોમન વાક્ય તૈયાર કરો અને પછી ફરીથી બોલો.
- ઉત્તર જાણતા ન હો તો સ્પષ્ટ રીતે પૂછો. નહીંતર સ્પષ્ટ શબ્દોમાં સ્વીકારી લો કે તમને ઉત્તર આવડતો નથી.

સમસ્યા અથવા કેસ પર આધારિત પરીક્ષા

વર્ણન : આ પરીક્ષાઓ વિવિધ પ્રકારની હોઈ શકે છે; જેમ કે ગણિતના સવાલ, જેના ઉકેલ માટે સમિકરણ તથા ફોર્મ્યુલા આવડવા જોઈએ અથવા વૈજ્ઞાનિક

સિદ્ધાંતોની એપ્લીકેશન સાંખ્યીકી, રસાયણ વિજ્ઞાન, એન્જિનીયરીંગ તથા ભૌતિકીમાં આવી જરૂરિયાત હોય છે.

કેસ સ્ટડી પર આધારિત પરીક્ષાઓમાં સમસ્યાને ઓળખવા તથા ઉકેલવાની યોગ્ય હોવી જોઈએ. આ લેખિત કે મૌખિક રૂપમાં હોઈ શકે છે.

શિક્ષણનો પ્રકાર

- સમસ્યા પર આધારિત પરીક્ષાની તૈયારી માટે તમારે 'ર્શટ લર્નિંગ' અને 'રીકૉલ' નો મેળ કરવાનું શીખવું પડશે.
- આમાં કેવળ સાચો જવાબ આપવો પૂરતું નથી હોતું તમારે આખી પ્રક્રિયા પણ સમજાવવી પડશે.

અભ્યાસની રણનીતિઓ

- આવા પેપર અલગ-અલગ પ્રકારના હોય છે એટલે પોતાના પ્રાધ્યાપકને પૂછો કે પેપર કેવી રીતે આવશે અને તેને માટે સારી તૈયારી કેવી રીતે કરી શકાય છે. પ્રયોગશાળા પરીક્ષા માટે તમારે પ્રયોગોની માત્રા વધારવી પડશે.

શું ન કરો

- જવાબ આપવાની ઉતાવળ ન કરો. આ પરીક્ષાઓમાં તમારી પાસે ઉત્તર સુધી પહોંચવાની પ્રક્રિયાનું પ્રદર્શન કરવાનું પણ કહેવામાં આવે છે.

પરીક્ષા દરમિયાન

- બધી સૂચનાઓ ધ્યાનપૂર્વક વાંચો.
- પ્રશ્નની વ્યાખ્યા કરતા પોતાના ઉત્તરની બાહ્ય ઢાંચા તથા ખાસ મુદ્દાઓને પ્રાથમિક્તા આપતા યોજના તૈયાર કરી લો.
- ઘણા પ્રશ્નોમાં, તમારા ઉત્તરમાં, ઘટનાઓનો સાચો કર્મ પણ માંગવામાં આવી શકે છે.

જો મુંઝાઈ જાવ તો

- સમસ્યાના મૂળ સુધી જવાની કોશીશ કરો. અહીં કેવળ ઉત્તર આપવાના નહીં બલ્કે તેના પર કામ કરવાના પણ માર્ક મળશે.

નિબંધાત્મક પરીક્ષા

વર્ણન : આ પરીક્ષાઓમાં વિદ્યાર્થીઓ પાસે નિબંધાત્મક પ્રશ્ન પૂછવામાં આવે છે – જેમાં પરિચય, મુખ્ય અંગ તથા નિષ્કર્ષ હોવા જોઈએ. આમ તો અહીં સામગ્રીનો સંદર્ભ નથી માંગવામાં આવતો. તે મુખ્યતા બે પ્રકારના હોય છે –

- **ક્લોઝ બુક એક્ઝામ :** અહીં તમે પ્રશ્ન નથી જાણતા અને પરીક્ષામાં કોઈ પણ પુસ્તકો કે નોટ્સ નથી લઈ જઈ શકાતા.
- **ઓપન બુક એક્ઝામ :** અહીં તમે સંદર્ભ માટે પરીક્ષા ખંડમાં પુસ્તકો લઈ જઈ શકો છો. ઘણીવાર 'ટેક હોમ એક્ઝામ' પણ હોય છે, જ્યાં થોડા સમય પછી નિબંધ જમા કરાવવા પડે છે. ઘણીવાર પહેલાં જ પ્રશ્ન દેખાડી દેવામાં આવે છે. જેથી તમે પૂરી તૈયારી કરી શકો. ઉદાહરણ તરીકે : ભારત એક સફળ ગણતંત્ર છે. ચર્ચા કરો.

શિક્ષણનો પ્રકાર

- આ પરીક્ષાઓમાં તમારી યોગ્યતા તપાસવામાં આવે છે કે, તમે કેવી રીતે પ્રશ્નનો ઉત્તર આપો છો તથા વિશ્લેષણ કરો છો.
- તમારે ન કેવળ વિષય સાથે જોડાયેલા આંકડા યાદ કરવા પડશે બલ્કે એમના વિશે પોતાનો અભિપ્રાય પણ આપવો પડશે જેથી કક્ષામાં ચર્ચા કરી શકો.

અભ્યાસની રણનીતિઓ

આ પરીક્ષા મલ્ટીપલ ચોઈસથી બિલ્કુલ વિપરીત હોય છે. ત્યાં તમારી જાણકારીની પહોળાઈ નહીં ઊંડાઈ મપાય છે. તમારે કેટલાક વિષયોને જટિલ સ્તર પર સમજવા પડશે.

શું કરશો

- પરીક્ષામાં પહેલાં પોતાની નોટ્સ યાદ કરો અને 'મેમરી જૉગર' ઉપયોગ કરો; જેમ કે - પોતાની જાણકારીને મોટા મોટા શીર્ષકોમાં વ્હેંચી દો. જેથી એમને પરીક્ષા દરમ્યાન દોહરાવી શકાય. નોટ્સને ઘણીવાર વાંચવાથી તમને એના શીર્ષક સારી રીતે યાદ રહી જશે.
- બરાબર એ જ રીતે નિબંધ લખવાનો અભ્યાસ કરો, જે રીતે તમારે પરીક્ષા ખંડમાં લખવાનો હશે.

શું ના કરો

- પરીક્ષા માટે આખો નિબંધ ગોખવાની કોશીશ ન કરો. જો ત્રણ નિબંધ લખવાના હોય તો કોઈ એક પર બધો સમય બરબાદ ન કરો.

પરીક્ષા દરમિયાન

- સાવધાનીથી પશ્નની વ્યાખ્યા કરતા ખાસ શબ્દ તથા સૂચના વાંચો.
- પ્રશ્નને સારી રીતે તપાસ કરતા પોતાના 'મેમરી જૉગર્સ' ની મદદ લો.

- નિબંધ લેખનની યોજના બનાવો.
- જેટલી સંબંધિત જાણકારી મળી શકે, એને એકઠી કરો.
- સુલેખ સારો હોય. ક્યાંક એવું ન હોય કે ખરાબ લખાણને કારણે લેક્ચરર તપાસવાની જ ના પાડી દો.

જો મુંઝાઈ જાવ તો

- પ્રશ્ન પર ફરી નજર દોડાવો અને નિબંધની યોજના પર ફરીથી વિચાર કરો.

• • •

28

પરીક્ષા સાથે જોડાયેલી હકીકત

હું પરીક્ષા સાથે પેદા થનારા તણાવ સાથે કેવી રીતે સામનો કરું?

પોતાના નકારાત્મક વિચારોને ઓળખો, જ્યારે તમે આ વિચારોને નજીકથી જોશો તો સમજી જશો કે તે કેટલા અવાસ્તવિક છે. એ વિચારોને પડકારો, જે કહે છે કે, તમે નાપાસ થઈ જશો. પોતાને યાદ કરાવો કે આ એક પરીક્ષા છે અને તમે આગલી પરીક્ષામાં વધુ સારૂ કરીશ કશો.

જો પેપર સારું ન ગયું તો ?

આત્માલોચનાને બદલે આત્મસુધાર પર જોર આપો. પોતાના પર સખ્તાઈ કરવાથી કોઈ ફાયદો થનાર નથી. પોતાની જગ્યાએ કોઈ બીજાને રાખો. વિચારો કે તમારો મિત્ર નપાસ થાત તો તમે એને શું કહેત ? શું તમે એને નિષ્ફળ કહેતા? તમે એને એની ખૂબિઓ યાદ દેવડાવીને પ્રોત્સાહિત કરત.

પરિણામ સારુ ન આવે તો કુટુંબના અસંતોષનો સામનો કેવી રીતે કશું ?

એમની સાથે પ્રમાણિક્તાથી વાત કરો. એમને જણાવો કે પરિણામ કેમ સારું ન રહ્યું. એમને વિશ્વાસ કરાવો કે તમે મહેનત કરી હતી. પોતાના માતા-પિતા પ્રત્યે નકારાત્મક વલણ ન અપનાવો, ઘણીવાર એમને તમારા કરતાં પણ વધારે આશ્વાસનની જરૂર હોય છે.

જો મારી અપેક્ષા પ્રમાણે માર્કસ ન આવ્યા તો ?

પોતાની ઉપલબ્ધિઓ પર ધ્યાન આપતા વાસ્તવિક અપેક્ષાઓ રાખો. સામાન્ય રીતે આપણને આપણી ભૂલની ખબર હોય છે. એટલે એ પ્રમાણે જ માર્કસ જોડો. જો પરિણામથી સંતુષ્ટ ન હોતો રીચેકિંગ પણ કરાવી શકો છો.

અમે સાંભળ્યું છે કે તપાસ અનિયમિતતા હોય છે. જો મારા માર્કસ પર ખરાબ અસર પડી તો ?

સિસ્ટમ પર વિશ્વાસ રાખો. અફવાઓ પર ધ્યાન ન આપો પણ એ પણ સાચું છે કે પાછલા કેટલાક વર્ષોના પરિણામ એકલા ઈમાનદાર નથી રહ્યા.

હું આ ભારે દબાણને સહન નથી કરી શક્તો?

વ્યવસાયિક મદદ લો. જો તમારું સ્વાભિમાન વિખેરાઈ રહ્યું હોય અને આત્મવિશ્વાસ ડગમગી જાય તો કોઈ મનોચિકિત્સકની મદદ લેવામાં કાંઈ ખરાબી નથી.

પ્રત્યેક વ્યક્તિ અભ્યાસ પર ધ્યાન આપવાનું કહે છે.

જીવનનો આનંદ લેવાનું ન છોડો. લોકો બહુધા આખી જીવનશૈલી બદલી નાખવાની ભૂલ કરી દે છે. એ ગેરસમજ પણ છે કે, પોતાને આખી દુનિયા અને મોજમસ્તીથી અડસેલીને માણસ વધારે સારો અભ્યાસ કરી શકે છે.

કેટલી ઊંઘ જરૂરી છે ?

માણસને શરીરને દરરોજ સરેરાશ 8 કલાકની ઊંઘ જોઈએ પણ કોઈ પાક્કો નિયમ નથી. આપણે બધા આપણા શરીરને લચકના હિસાબે જાણીએ છે કે આપણા માટે કેટલા કલાકની ઊંઘ પૂરતી છે.

શરીરની જરૂરિયાતથી ઓછી ઊંઘ લેવાથી શું થશે ?

બે-ત્રણ દિવસ ઓછું ઉંઘશો તો શરીર બાકીના બે દિવસ વધારે સૂઈને, ઉણપ પૂરી કરી લેશે. વધારે દિવસો વિત્યા તો શરીર ‘સ્લીપ ડેબ્ટ’માં ચાલ્યું જશે પછી થાક, ઊંઘ આવવી, માથાનો દુખાવો, શરીર દર્દ, અપચો, એકાગ્રતામાં ઉણપ, બેચેની તથા ચિડીયાપણું જેવા લક્ષણ પેદા થઈ શકે છે.

મારે દિવસે વાંચવું જોઈએ કે રાત્રે ?

પહેલાં જાણકારી મેળવો કે તમને સવારે વ્હેલા ઉઠવું પસંદ છે કે, રાત્રે મોડે સુવુ ? સવારે ઉઠીને તાજગી અનુભવો તો સવારે ઉઠીને વાંચો. જો તમે રાત્રે મોડે સુધી જાગીને વાંચી શક્તા હો તો રાત્રે વાંચો. આ વ્યક્તિગત પસંદગી અને સુવિધાની વાત છે.

રાત્રે સારી ઊંઘ કેવી રીતે આવે ?

બપોરનીલાંબી ઊંઘ છોડી દો તથા રાત્રે એક સરખા સમયે ઊંઘવાની ટેવ પાડો. બપોરે ખાલી એક ઝોકું લો. સુવાના એક કલાક પહેલાં, ઘોંઘાટ, લડાઈ કે ચર્ચાથી બચો. સૂવાના ત્રણ કલાક પહેલાં, કોફી, કોલ્ડ ડ્રિંક્સ તથા ચોકલેટ વગેરે ન લો.

રાત્રે જાગીને વાંચવા માટે ઘણીવાર કોફી લેવી પડે છે. શું નુકશાન થઈ શકે છે?

થોડી માત્રામાં કૈફીન લેવાય તો જગાડી રાખે છે એટલે એક દિવસમાં એક કપ બહુ છે. વધારે કોફી પીવાથી પેટમાં બળતરા દર્દ, નાડી તેજ થવી જેવી મુશ્કેલીઓ આવી શકે છે. એનાથી કોફીની લત પણ પડી જાય છે.

પરીક્ષાના દિવસોમાં કસરત શા માટે કરવી ?

ઘણા બાળકો કહે છે કે, આ દિવસોમાં વ્યાયામ માટે સમય નથી મળતો સમય બરબાદ કેમ કરે ? આ દિવસોમાં તો વ્યાયામ કરવું વધારે જરૂરી છે કેમ કે એનાથી તણાવ ઘટે છે, તંદુરસ્તી સારી રહે છે અને શરીર ફીટ રહે છે.

વ્યાયામના વિવિધ રૂપ ક્યા કયા છે ?

રનિંગ, જૉગિંગ, તૈરાકી, સ્ટ્રેચ, ટ્રેનિંગ અથવા મશીનો પર વર્ક આઉટ કરવું, વ્યાયામમાં સામેલ છે. એનાથી માંસપેશિઓની તાકાત વધે છે અને શરીરમાં ઊર્જાનું સ્રોત વધે છે. હાડકા મજબૂત થવાથી રોગોથી બચાવ થાય છે. આ રીતે આપણે નબળી માંસપેશિઓથી લાગનારી ચોટના જોખમમાંથી પણ બચી જઈએ છીએ.

વ્યાયામ કેવી રીતે મદદ કરે છે ?

નિયમિત પણે વ્યાયામ કરવાથી કાર્ડિયોવાસ્ક્યુલર તંત્રમાં સુધારો થાય છે. રક્ત સંચાર સુધરે છે, ફેફસાંને વધારે માત્રામાં ઓક્સિજન મળે છે. માંસપેશિઓ સુધી ભરપૂર માત્રમાં ઓક્સિજન પહોંચે છે. શરીર પહેલાં કરતાં વધારે મજબૂત અને સક્ષમ બની જાય છે. તમારો સ્ટેમિના વધે છે, જેનાથી તમે કલાકો લગાતાર કામ કરી શકો છો. અભ્યાસ માટે મહેનત કરવી પણ સહેલી થઈ જાય છે.

વ્યાયામ માનસિક રીતે કેવી રીતે મદદ કરે છે ?

એનાથી શરીરમાં ઘણા સારા રસાયણ પેદા થાય છે. એને 'એંડોરફિન' કહે છે. તે તમને પ્રસન્ન રાખે છે. તણાવ, ચિંતા તથા વિષાદ ઘટાડે છે. વ્યાયામ પછી તમે એવી માનસિક અવસ્થામાં આવી જાય છો કે તમારે કૈફીન જેવા ઉત્તેજક પદાર્થ લેવાની જરૂર નથી રહેતી. વજન ઘટે છે અને તમે પોતાને સ્વસ્થ અનુભવો છો.

નાસ્તો ન કરવાથી શું નુકશાન થાય છે ?

નાસ્તો નથી કરતા તો લંચ કરતા સુધી તમારે છેલ્લું ભોજન લેવાના 10-12 કલાક વિતી જાય છે. બ્લડ શુગરનું સ્તર ઘણું નીચે ચાલી જાય છે. એનાથી તમારી યાદશક્તિમાં ઉણપ તથા એકાગ્રતામાં ઉણપ જેવી સમસ્યાઓ સામે આવી શકે છે.

• • •